AF747296

மாதர் திரையுலகு

மாதர் திரையுலகு

ஜா.தீபா

the talkie

Title : Maadhar Thiraiyulagu
Author's Name : Ja. Deepa
Copyright © Ja. Deepa 2026
Published by Talkie
Subscribe to www.thetalkie.in

All rights reserved. No part of this publication may be reproduced, stored in a retrieval system, or transmitted, in any form or by any means, electronic, mechanical, photocopying, recording, psychic, or otherwise, without the prior permission of the publishers.

The Talkie
(An imprint of Zero Degree Publishing)
No.75 & 76, I Floor, Kuppusamy Street,
Balaji Nagar, Padi,
Chennai - 600050

Website: www.zerodegreepublishing.com
E Mail id: zerodegreepublishing@gmail.com
Phone: 89250 61999

Talkie First Edition : January 2026
ISBN: 978-93-47206-75-7
TITLE NO Talkie :5

Rs. 140/-

Cover Design & Layout: Vijayan, Creative Studio
Printed at Rathna Offset Printers, Chennai, India

முதல் பதிப்பிற்கான முன்னுரை

ஒரு நெடிய காலகட்டம். திரைப்படங்கள் தயாரிக்கத் தொடங்கி ஒரு நூற்றாண்டும் கூடவே முப்பது வருடங்களும் கடந்து விட்டன. இந்த நெடும்பாதையில் அபூர்வமாய்த்தான் பெண்களின் குரல்களும் அங்கங்கே ஒலிக்கத் தொடங்கியிருக்கின்றன. தனித்த குரலாய் இருப்பதாலேயே வெகு அழுத்தமாகவும், உறுதியாகவும் அமையப் பெற்றிருக்கின்றன இவர்களின் குரல்கள்.

பாதை என்று ஒன்றில்லாமல் வனம் முழுவதும் அலைந்துவிட்டு மீண்டும் வனத்தின் வெளியே நின்று உள்ளே பார்ப்பது போன்றதான உணர்வு ஏற்பட்டது, இந்தக் கட்டுரைகளை ஒரு சேர வாசிக்கிறபோது. 'சர்வதேச பெண் இயக்குநர்கள் பற்றியும் அவர்களது படைப்புகள்' குறித்துமான கட்டுரைகளை பதினைந்து வாரத் தொடராக மின்னம்பலம் இணைய இதழுக்காக வெளிவந்தன. அவை பரவலான கவனத்தையும் பெற்றுத் தந்திருந்தது கூடுதல் மகிழ்ச்சி.

இந்தத் தொடருக்காக தேடித் தேடி பெண் இயக்குனர்களின் படங்களைப் பார்த்தபோது இவர்கள் அனைவரின் இலக்கும் படைப்பின் வழியே ஒன்றையே கோரி நிற்பதை உணர முடிந்தது. அது சகமனிதர்களின் மீதான கருணை.

சீனா, இந்தியா, பிரெஞ்சு, ஜப்பான், ஈரான், நியூசிலாந்து, அமெரிக்கா, துருக்கி என வாழ்கின்ற தேசங்கள் வெவ்வேறானதாய்

இருந்தாலும் இவர்கள் அனைவருமே ஒரே உடலின் பல முகங்களாகவே இருக்கின்றனர்.

தீவிர இலக்கிய வாசிப்பு, உறுதியான பெண் கதாபாத்திரங்கள், வாழும் சூழல் மற்றும் நிலவியல் குறித்த பார்வை, வரலாற்றின் மேல் கொண்டிருக்கிற ஈர்ப்பு, ஆண் பெண் உறவுச் சிக்கல்கள் குறித்த புரிதல் கொண்டே இவர்கள் படைப்பை கையாள்கின்றனர்.

அதோடு தொடர்ந்து இயங்குவதில் இவர்கள் கொண்டிருக்கிற பேரார்வமும் ஆச்சரியப்படவைப்பது. அந்தத் தொடர் உழைப்பு நமக்கு முக்கியமான தேவையும் கூட. திரைப்பட இயக்கங்களுக்கு இடையில் ஆவணப்படங்களும், குறும்படங்களும், தொலைக்காட்சிகளுக்காக இயக்குகிற தொடர்களும் என இவர்களின் படைப்பாற்றல் தொடர்ந்தபடி இருக்கின்றன.

இந்தப் புத்தகம் பெண் இயக்குனர்கள் பற்றிய ஒரு ஆரம்பப் பகிர்வு. படைப்பின் வழி மட்டுமே இவர்களை ஆழ அறிய முடியும்.

ஜா.தீபா

www.jadeepa.com

இந்தப் பதிப்பிற்கான முன்னுரை

முதல் பதிப்பு வெளிவந்து பத்து வருடங்களுக்குப் பின் இந்தப் பதிப்பு வெளிவருகிறது. உலக அளவில் இயக்குகிற பெண் திரைப்பட இயக்குநர்கள் குறித்த இந்தக் கட்டுரைகளை இப்போது பார்க்கும்போதும் அதே பெருமையும் மகிழ்ச்சியும் ஏற்படுகிறது. இதற்குக் காரணம் இந்த இயக்குநர்கள்தான். தொடர்ந்து இப்போது வரைத் தங்களது பணியைத் தொடர்கிறார்கள். எங்கும் சோரவில்லை. கடந்த பத்து வருட காலங்களில் இவர்கள் இயக்கியப் படங்களைப் பார்க்கிறபோது பரிட்சார்த்த ரீதியிலான படங்களையும், உலகத்தின் எந்த மூலையில் திரையிட்டாலும் பார்வையாளர்களால் தங்களைப் படத்தோடு ஒன்றிணைக்கக்கூடிய நெருக்கத்தையும் தந்திருக்கிறார்கள் என்பது புரிகிறது. சமகால பெண்ணியச் சிந்தனைகளை இவர்களின் படங்களில் பார்க்க முடிகிறது. அரசியல் நிலைப்பாடின்மை, சமூக, அரசியல் அழுத்தங்கள் குடும்பங்களைப் பாதிப்பது, தனிமனித உளவியல் சிக்கல்கள் என்று எல்லாவற்றையும் குறித்து படைப்புகளை உருவாக்கியிருக்கிறார்கள்.

இன்னும் சொல்லப்பட வேண்டிய இயக்குநர்கள் இருக்கிறார்கள். அவர்கள் குறித்தும் நாம் கவனப்படுத்த வேண்டியிருக்கிறது. எதிர்காலத்தில் அதுவும் சாத்தியப்படும்.

இந்தப் பதிப்பினை வெளியிடும் ஸீரோ டிகிரி பதிப்பகத்தின் காயத்ரி ஆர். மற்றும் ராம்ஜீக்கு எனது அன்பு.

முதல் பதிப்பில் தொடங்கி இந்தப் புத்தகத்தினை வாசிப்பதன் மூலம் தொடர்ந்து ஆதரவு தந்து கொண்டிருக்கும் அத்தனை பேருக்கும் நன்றியும், அன்பும்.

ஜா.தீபா

www.jadeepa.com

பொருளடக்கம்

1. ஜேன் காம்பியன்

ஜேன் காம்பியன் *(Jane Campion)* தனது முதல் குறும்படத்தை இயக்கும்போது அவருக்கு வயது இருபத்தியெட்டு. இப்போது அவருக்கு வயது எழுபத்தி ஒன்று. இந்த இடைப்பட்ட காலத்தில் காம்பியன் செய்த சாதனைகள் அதிகம். திரைப்படத்துறைக்குத் தரப்படுகிற உயரிய விருதுகளில் ஒன்றான 'பால்ம் தோர்' *(Palme d'or)* விருது வாங்கிய முதல் பெண் இயக்குநர் இவர். ஆஸ்கருக்கு அதிகமுறை பரிந்துரைக்கப்பட்ட பெண் இயக்குநரும் கூட. 2022ஆம் ஆண்டு வெளிவந்த இவரது *The Power Of Dog* திரைப்படம் அந்த வருடத்தில் அதிகபட்சமாக பனிரெண்டு பிரிவிற்குக் கீழ் ஆஸ்கருக்கு பரிந்துரைக்கப்பட்டது. சிறந்த இயக்குநருக்கான ஆஸ்கர் இவருக்குக் கிடைத்தது.

காம்பியனின் கனவுகள் தொடக்க காலத்தில் சினிமாவைச் சுற்றி இருந்ததில்லை. அவருடைய எண்ணமெல்லாம் மானுடவியல் சார்ந்த ஆய்வுகளில் ஈடுபட வேண்டும் என்பதாகத்தான் இருந்தது. இதற்கு, அவர் பிறந்த நாடான நியூசிலாந்து கூட காரணமாக இருக்கலாம். ஏனெனில், மிகப்பழமையான தீவு என்றபோதிலும் சில நூற்றாண்டுகளுக்கு முன்புதான் நியூசிலாந்து நாடும் அதன் பழங்குடியினத்தவரும் கண்டுகொள்ளப்பட்டார்கள். இன்றைக்கும் மானுடவியல் ஆய்வாளர்களின் ஆய்வுக்கான சுரங்கமாக நியூசிலாந்து உள்ளது.

காம்பியனுக்கு மானுடவியல் ஆய்வைத் தவிர மற்றொரு நாட்டம், ஓவியம் வரைவதில் அமைந்திருந்தது. அதனால் மேற்படிப்புக்காக லண்டனில் உள்ள செல்சியா ஓவியக் கல்லூரியில் சேர்ந்திருந்தார். ஐரோப்பா முழுக்க சுற்றித்திரிந்த காம்பியனுக்கு தான் நினைத்ததை, உணர்ந்ததை வெளிக்காட்டுவதற்கு ஓவியங்கள் மட்டுமே போதுமானதாக இல்லை. அதனாலேயே காட்சிக் கலையைத் தேர்ந்தெடுத்தார். காம்பியனுக்கு காட்சி ஊடகம் என்பது புதிதில்லை. இவரது அம்மாவும், அப்பாவும் நியூசிலாந்து மக்களுக்கு நன்கு அறிமுகமானவர்கள். அங்கு முதன்முதலாக ஒரு நாடகப் பட்டறையைத் தொடங்கி நடத்தி வந்தார்கள். அதனால் நடிப்பு, இசை, மேடை அமைப்பு என்று சிறுவயதிலேயே இந்த உலகம் காம்பியனுக்கு பரிச்சயம்தான்.

காம்பியனுக்குள் ஒரு எழுத்தாளரும் உயிர்ப்புடன் இருந்ததால் சின்னச்சின்ன கதைகளாக எழுதி அதை குறும்படங்களாக இயக்கிக் கொண்டிருந்தார். அந்தக் குறும்படங்களை யாரேனும் பார்க்க விரும்பினாலும் விரும்பாவிட்டாலும் அவர்களை காம்பியன் விட்டு வைத்ததில்லை. அவர்களைத்தேடி பயணப்பட்டு தன்னிடம் இருக்கும் ப்ரொஜெக்டர் கருவியைக்கொண்டு அவர்களுக்கு படம் போட்டுக் காட்டுவார். அப்படியான ஒரு பார்வையாளர், 'உன் படத்தில் வைட் ஷாட் *(wide shot)* எதுவுமில்லையே' என்றுசொல்ல, காம்பியன் முதன் முதலில் அந்த வார்த்தையை அப்போதுதான் கேள்விப்படுகிறார். 'அப்படி என்றால் என்ன' என்று தேடும்போதுதான் திரைப்பட உருவாக்கத்திற்கென சில விதிமுறைகள் இருக்கின்றன என்பது அவருக்குத் தெரியவருகிறது. இருபத்தியேழாவது வயதில் காட்சி ஊடகம் பற்றியதான படிப்புக்காக ஆஸ்திரேலியா சென்றார்.

காம்பியனின் பெரிய பலமே, அவர் அடிப்படையில் ஒரு ஓவியராக இருந்ததுதான். இதனால் ஒரு சட்டத்துக்குள் ஒளியமைப்பு எப்படி இருந்தால் நன்றாக இருக்கும், 'கம்போஷிஷன்' போன்றவற்றைப் பற்றி அவரால் சுலபமாகப் புரிந்துகொள்ள முடிந்தது. இதை அவரது திரைப்படத்தின் ஒவ்வொரு அங்குலத்திலும் பார்க்க முடியும்.

படித்துக் கொண்டிருக்கும்போதே அவர் இயக்கிய குறும்படங்கள் பிரபலமாகப் பேசப்பட்டன. குறும்படத்துக்கான உயரிய விருதுகள் எதையும் அவர் தவறவிட்டதில்லை.

மிக வேகமாக காம்பியனின் கவனம் பெரிய திரை நோக்கித் திரும்பியது. '*Sweetie*' என்பது காம்பியன் இயக்கிய முதல் படம். இதற்கும் அவருக்கு பலமான வரவேற்பு கிடைத்தது. அடுத்து, இவர் இயக்கிய திரைப்படம் '*An Angel at my Table*'. இந்தப் படம்தான் இவருக்கு 'பால்ம் தோர்' விருதைப் பெற்றுத் தந்தது.

நியூசிலாந்து நாட்டின் புகழ்பெற்ற பெண் கவிஞரான ஜானெட் ஃபிரேம் வாழ்க்கையைப் பற்றிச் சொல்கிறது '*An Angel at my Table*'. 1924இல் பிறந்த ஜானெட், அவருடைய சமகாலத்து கவிதை விரும்பிகளுக்கு ஆதர்சமாக இருந்தவர். சிறுமியாக இருந்தபோதே தான் மற்றவர்களைப்போல இல்லை என்பதைப் புரிந்துகொண்டார். இதனாலேயே தன்னை எல்லோரிடத்திலும் இருந்து வலிந்து அந்நியப்படுத்தி, தனிமை விரும்பியாக மாறுகிறார். இது ஜானெட்டின் மனநிலையில் தாக்கத்தை ஏற்படுத்தியதும் அதைப் புரிந்துகொண்டு தானே போய் மனநல சிகிச்சையை எடுத்துக் கொள்கிறார். எட்டு வருடங்கள் மனச்சிதைவு நோய்க்கான சிகிச்சையை மேற்கொண்டபின் மருத்துவமனையிலும், அங்கிருந்து வெளிவந்தபின் எழுதிய கவிதைகளும், கதைகளும் இன்றுவரை நியூசிலாந்து மக்களின் இலக்கிய ரசனையை மேம்படுத்தியபடி இருக்கின்றன.

இவரது வாழ்க்கையை காம்பியன் படமாக மாற்ற, அதைத் திரையிட்ட அரங்குகளில் எல்லாம் கைதட்டல் ஒலித்துக்கொண்டே இருந்தது. ஜானெட் ஃபிரேமின் கவிதைகளை தேடித்தேடி வாசிக்கும் வாசகர் கூட்டம் உலகமெங்கும் விரிந்தது. ஒரு படைப்பாளியாக மற்றொரு படைப்பாளிக்கு காம்பியன் செய்த கௌரவம் இது.

அடுத்து, காம்பியன் இயக்கிய படம் இன்றுவரை தரமான உலகப் படங்கள் வரிசையில் வைத்துப் பேசப்படுகிறது.

அலைவீசியடிக்கும் கடற்கரையில் ஒரு பியானோ கிடக்கிறது. அதனருகில் கறுப்பு உடை அணிந்த பெண், அவளுடன் ஒரு சிறுமி. அந்தச் சிறுமி அலைகளோடு விளையாடிக் கொண்டிருக்க, அந்தப் பெண் பியானோ இசைத்துக் கொண்டிருக்கிறாள். அந்தச் சூழலும், அந்தப் பெண்மணியின் சாந்தமும், குழந்தையின் குதூகலமும் கொண்ட ஒரு ‘போஸ்டர்’ வெளியிடப்பட்டது. இது, எப்படிப்பட்ட படமாக இருக்கப்போகிறது என்ற ஆவலைத் தூண்டியது. அந்த ஆவலை கொஞ்சமும் தவறவிடவில்லை *‘The Piano’* திரைப்படம்.

பத்தொன்பதாம் நூற்றாண்டின் தொடக்கத்தில் நடக்கிற கதையாக இதை எடுத்திருந்தார் காம்பியன். நியூசிலாந்து கடற்கரைக்கு வந்திறங்குகின்றனர் எடாவும் அவளது மகள் ஃப்ளோராவும். எடாவுக்கு ஆறு வயதாக இருக்கும்போதே பேசும் சக்தியை இழந்துவிடுகிறாள். முதல் திருமணத்தின்போது பிறந்த ஃப்ளோராவுடன் இப்போது கடற்கரையில் வந்து நிற்கிறாள். எடாவின் அப்பா ஸ்டுவர்ட் என்பவருக்கு எடாவை விற்றிருக்கிறார் என்பதும், மறுநாள் அவளுக்கும் ஸ்டுவர்ட் என்பவருக்கும் திருமணம் என்பதும் இருவரும் சைகை மொழியில் பேசிக்கொள்வதில் இருந்து தெரிகிறது. இவர்களை அழைத்துப்போக ஸ்டுவர்டும் அவனது நண்பன் பெயின்சும் வருகிறார்கள். கூடவே, சுமைதூக்கும் சிலரும். வந்த அனைவருமே அந்த பிரம்மாண்ட பியானோவை மலைமேல் தூக்கிச் செல்ல முடியாது என்று ஒருமித்த குரலில் மறுக்கின்றனர். எடாவோ பியானோ இல்லாமல் தன்னால் ஒரு கணம்கூட வாழ முடியாது என்பதை சைகை மொழியில் வேகவேகமாகச் சொல்ல ஃப்ளோரா அதை மொழிபெயர்க்கிறாள். இறுதியில், ஸ்டுவர்டின் முடிவின்படி பியானோவை கடற்கரையிலேயே விட்டுவரும்படி ஆகிறது. இதனால், எடாவுக்கு முதல் சந்திப்பிலேயே ஸ்டுவர்டைப் பிடிக்காமல் போகிறது.

பெயின்சுக்கு எடாவின் இந்தப் பிடிவாதமும் வழிநெடுகிலும் அவள் தூரத்தில் தெரிந்த பியானோவை திரும்பித்திரும்பி பார்த்துக் கொண்டே வருவதும் ஆச்சரியத்தைத் தருகிறது. எடாவிடம் சமாதானத்துக்காக நெருங்கும் அத்தனைத் தருணங்களும் ஸ்டுவர்டுக்கு வீணாகவே முடிகின்றன.

பெயின்ஸ் ஒருநாள், பியானோவை அதிகக் கூலி கொடுத்து மலைவாழ் மக்களின் உதவியோடு கிராமத்துக்கு எடுத்துவந்து தன் வீட்டில் வைத்துக்கொள்கிறான். தனக்குப் பியானோ சொல்லிக் கொடுக்கும்படி எடாவை வேண்டுகிறான். தன்னுடைய பியானோவை யாரும் தொட அனுமதிக்கப் போவதில்லை என்பதில் பிடிவாதமாக இருக்கும் எடா, கடைசியில் பியானோவை ஸ்பரிசிக்கும் சந்தர்ப்பமாவது கிடைக்குமே என்று சம்மதிக்கிறாள். இதற்காக பெயின்ஸ் வீட்டுக்கு அடிக்கடி செல்கிறாள்.

ஒருநாள்கூட எடாவிடம் கற்றுக்கொள்ளும் முயற்சியை பெயின்ஸ் எடுக்கவில்லை. அவளை வாசிக்கவிட்டு தள்ளி நின்றுகொள்கிறான். இந்தச் சுதந்திரம் எடா எதிர்பார்க்காதது. அவளது மனமும், ஆன்மாவும் பியானோவின் இசைவழி அந்த வீட்டை நிரப்புகிறது. இந்த இசையின் உன்னதம் பெயின்சைப் பித்துக்கொள்ளச் செய்கிறது. இருவரும் நெருங்கிப் பழகத் தொடங்குகிறார்கள்.

இது ஸ்டுவர்டுக்குத் தெரியவருகிறது. கோபத்தில் கோடாரியால் எடாவின் சுண்டுவிரலை வெட்டிவிடுகிறான். மயங்கிவிழும் எடா விழித்துக்கொண்டதும் குருதி வழியும் விரலுடன் கலங்காமல், கதறாமல் தீர்க்கமான பார்வையுடன் அமர்ந்திருக்கிறாள். அவளது மௌனத்தை ஸ்டுவர்டால் தாங்கிக்கொள்ள முடியாமல் போகிறது. அவன் நேராக பெயின்ஸிடம் ஓடுகிறான்.

“இதுவரை எடா உன்னிடம் ஏதாவது பேசியிருக்கிறாளா?” என்று கேட்கிறான்.

“சைகை மொழியிலா?” என்று புரியாமல் பெயின்ஸ் கேட்கிறான்.

“இல்லை, வார்த்தையாக ஏதேனும் பேசியிருக்கிறாளா?”

“இல்லை.”

“இன்று அவள் என்னிடம் பேசினாள். உதடுகள் அசையவில்லை, ஆனால் அவள் பேசியது இதுதான். ‘நான் என்னுடைய மனதை நினைத்து பயப்படுகிறேன், நான் போகிறேன். என்னைப் போகவிடுங்கள் என்றாள்” என்கிறான் ஸ்டுவர்ட்.

இப்படிச் சொன்னதோடு இல்லாமல் பெயின்சோடு எடாவை அனுப்பியும் வைக்கிறான்.

மீண்டும் கடல் பயணம்.

எடா, ப்ஃளோரா பெயின்ஸ் மூவரும் படகில் சென்றுகொண்டிருக்க கூடவே பியானோவும் பயணிக்கிறது. திடீரென, ஒருகட்டத்தில் பியானோவை கடலில் தூக்கிப் போடும்படி பிடிவாதமாகச் சொல்கிறாள் எடா. பெயின்ஸின் சமாதானம் எடுபடாமல் போகிறது. பியானோவைக் கட்டியிருந்த கயிறைத் துண்டாக்குகிறார்கள். பியானோ தண்ணீருக்குள் தள்ளப்படுகிறது. எடா கயிறின் மறுமுனையில் தன்னுடைய காலை நுழைத்துக் கொள்கிறாள். அவளும் பியானோவுடன் நீரில் மூழ்குகிறாள். ஒரு கணம்தான். கடலுக்குள் அமிழ்ந்த அவள் மீண்டும் தன்னைக் காத்துக்கொள்ளவேண்டி தண்ணீரின் மேற்பரப்புக்கு வருகிறாள். அவளைக் காப்பாற்றுகிறார்கள். அப்போது அவள் மனம் மரணத்தை நேசித்ததையும் அதைவிட அவள் வாழ விரும்பியதையும் பேசுவதாகப் படம் முடிகிறது.

இதைக் கதையாக எழுதிவைத்து திரைக்கதையாக மாற்றுவதற்கு காம்பியன் பல மாதங்கள் மெனக்கிட்டிருக்கிறார். இந்த மெனக்கிடலுக்காகவே அவருக்கு திரைக்கதைக்கான ஆஸ்கர் விருதை இந்தப் படம் பெற்றுத்தந்தது.

உயிரோசையாகவே இசை இந்தப் படத்தில் வியாபித்திருக்கிறது. இசையின் அடிப்படைகூட தெரியாத காம்பியன் எடாவுக்குப் பேசத் தெரிந்தால் அவள் மன உணர்வுகள் எப்படியிருக்கும் என்பதை இசையமைப்பாளர் மிக்கேல் நைமனுக்கு வசனங்களாக எழுதிக் கொடுத்தார். அதற்குத்தான் இசையமைப்பாளர் இசைவடிவம் கொடுத்திருக்கிறார்.

இந்தப் படத்தின் பின்னணியாக மாவ்ரி பழங்குடியினர் பற்றியும் பேசுகிறார் காம்பியன். மேற்கத்திய மனிதர்கள் மெதுவாக நியூசிலாந்து மலைக் கிராமங்களுக்குள் ஊடுருவிதையும் அதை மாவ்ரி இனத்தவர்கள் வன்மையாக எதிர்கொண்டதையும் பதிவு செய்கிறார். மாவ்ரி பழங்குடி மூத்தமனிதர் ஒருவர் தன்னிடம் கிராமத்தை விலை பேசவந்த மேற்கத்திய வியாபாரியிடம், “எங்களது மூதாதையர்கள் வாழ்ந்த இதே இடத்தில்தான் அவர்களது எலும்புத் துண்டங்களும் கிடக்கின்றன. நீ கொடுக்கும் காசுக்கு அவர்களின் எலும்புகளை விற்கச் சொல்கிறாயா?” என்கிறார் ஆழமான குரலில்.

காம்பியனுக்கு எப்போதுமே பாரம்பரியம், அதுசார்ந்த ரசனைகள் குறித்த பேரார்வம் இருந்து வருகிறது. அதுவும் கவிதைகள்மேல்

ஏற்றுக்கொண்டிருப்பது தொடர்ந்து அவர் கவிஞர்களின் வாழ்க்கையைப் பதிவு செய்வதில் தெரிந்து கொள்ளலாம். ஜானெட் பிரேம் வாழ்க்கைக்குப்பிறகு அவர் திரைப்படம் மூலமாக பேச நினைத்தது கவிஞர் ஜான் கீட்ஸ்பற்றி.

ஜான் கீட்ஸ் மற்றும் ஃபேனி பிரான் இருவருக்குமிடையிலான மூன்று வருடக் காதலை *'Bright Star'* எனும் திரைப்படமாக இயக்கியிருக்கிறார். கச்சிதமான காட்சி அமைப்புகள், கவித்துவமான வசனங்கள், மென்மையான காதல் என்று இந்தத் திரைப்படம் ஜான் கீட்ஸின் வாசகர்களை பெருமளவு திருப்தி செய்தது.

இந்தப் படத்தை இயக்குவதற்குமுன்பு கவிதைகள் குறித்து கற்றுக் கொள்வதற்காக முறையாக அதற்கான படிப்பைப் படித்தார் காம்பியன். ஜான் கீட்ஸ் ஃபேனி பிரானுக்கு எழுதிய கடிதங்களைத் தொகுத்ததில் தன்னை கரைத்துக்கொண்டதாகச் சொல்கிறார் காம்பியன்.

ஒரு கவிஞரைக் காதலிக்கிற பெண் மனம் எப்படியிருக்கும் என்பதை நாம் ஃபேனி பிரானைப் பார்த்துத் தெரிந்துகொள்ளலாம். இருவரும் அதிகமாக கடிதங்கள் வழியே அன்பைப் பரிமாறிக் கொண்டவர்கள். இருவரின் காதலும் பித்துப்பிடித்த மனோநிலையில் இருந்தது. 'நாம் மூன்று நாட்கள் பட்டாம்பூச்சியாக வாழ வேண்டும்' என்று கீட்ஸ் ஒரு கவிதையில் எழுத, உடனேயே தனது அறைக்குள் பட்டாம்பூச்சிகளை நிரப்பி, பறக்கவிட்டு அதனுடனேயே வாழ்கிறாள் ஃபேனி பிரான்.

'நான் லண்டனுக்குச் செல்கிறேன்' என்பதுதான் ஃபேனி பிரானுக்கு கீட்ஸ் எழுதிய மிகக்குறைந்த வார்த்தைகளாலான கடிதம். 'இத்தனை நாளில் எனக்கு கீட்ஸ் இவ்வளவு சுருக்கமாக எழுதியதில்லை' என்று அழுதபடி, தன்னைக் கத்தியால் கீறிக்கொள்ள ஃபேனி பிரான் முயல்கிறாள்.

கீட்ஸ் கடலோரத்தில் நின்று வடிக்கும் கவிதைகளை ஃபேனி பிரானுக்கு கடிதம்வழி அனுப்பிவைக்க அந்தக் கடலையும், உப்புக் காற்றையும் ஃபேனி பிரான் தனது அறையில் இருந்தபடி சுவாசிக்கிறாள்.

காதலைக் கொண்டாடி மகிழவே காலம் போதாதநிலையில் இருவரும் தவிக்கும்போது, கீட்ஸ் இறந்துபோன செய்தி ஃபேனி

பிரானை வந்தடைகிறது. கீட்ஸுடன் கவிதைபேசி நடந்த இடங்களுக்கெல்லாம் கவிதை வரிகளை ஒரு உன்மத்தநிலையில் மீண்டும் மீண்டும் முணுமுணுத்தபடி ஃபேனி பிரான் அலைவது போன்று படம் நிறைவடைகிறது. தன்னைத் தோற்றுப் போனவனாகவே கடைசிவரை நினைத்து வாழ்ந்துவிட்ட கீட்ஸும், கீட்சைக் காதலித்ததாலேயே வாழ்க்கையை ஜெயித்துவிட்டதாக சந்தோசம்கொள்ளும் ஃபேனி பிரானும் காம்பியனைக் கவர்ந்ததின் பலனை இந்தப் படத்தின்வழி தெரிந்துகொள்ளலாம்.

ஜேன் காம்பியனுக்கு சமகாலத் தன்மை கொண்ட படங்களை எடுப்பதைக் காட்டிலும் 'பீரியட்' வகைமைப் படங்களை இயக்குவதிலும் எழுவதிலும் விருப்பம் அதிகம். *The Power Of Dog* படமும் விதிவிலக்கில்லை.

எழுத்தாளர் தாமஸ் ஸாவேஜ் எழுதிய *The Power Of the Dog* என்கிற நாவலை அடிப்படையாகக் கொண்டு அதே பெயரில் 2021 ஆம் ஆண்டு எழுதி இயக்கினார் ஜேன் காம்பியன். இந்தப் படத்துக்கான சிறந்த திரைக்கதையாசிரியருக்கான ஆஸ்கர் விருது காம்பியனுக்குக் கிடைத்தது. ஒரு அம்மா மகன், பணக்காரக் குடும்பத்தைச் சேர்ந்த அண்ணன் தம்பி இந்த நால்வருக்குள் நடக்கும் உளவியல் சிக்கல்களே படம். வெவ்வேறு கோணங்களை, ஒவ்வொரு மனிதர்களுக்குள் நடக்கிற சிக்கல்களை சொல்லிக் கொண்டே வந்து உச்சக்காட்சியில் எதிர்பாராத உணர்வெழுச்சியை வைத்து படத்தினை முடிப்பது காம்பியனின் பாணி. இந்தப் படத்திலும் அப்படித்தான் நிகழ்ந்திருக்கிறது.

பதின்பருவத்தில் இருக்கும் ஒரு ஆண், மத்திம வயது கொண்டவர்கள், இளைஞன், ஒரு பெண் என ஒவ்வொருவர் மனதையும் அவர் காட்டிய விதம் இந்தப் படத்தினை சிறப்பான தளத்துக்கு எடுத்துச் சென்றிருக்கிறது. எதிர்ப்பதற்கும், மோதுவதற்கும் கடினமான ஒரு மனதினை ஆழ்ந்து அகன்று சென்று பார்த்தால் அங்கு இருப்பதெல்லாம் இயலாமைதான் என்பது இந்தப் படத்தின் ஃபில் கதாபாத்திரத்தின் மூலமாக நமக்கு ஜேன் காம்பியன் சொல்ல நினைத்திருக்கிறார். தாமஸ் ஸாவேஜ் தனது படைப்பிலும் இதைத் தான் முன்வைக்கிறார். அதனைத் திறம்பட காட்டியதாலேயே இந்தப் படத்துக்கு அத்தனை வரவேற்பு கிடைத்திருக்கிறது.

காம்பியனின் படங்களில் நடிக்க நடிகைகள் விருப்பத்துடன் காத்திருக்கின்றனர். அதற்குக் காரணம், காம்பியன் தனது

கதைகளில் பெண்களுக்குத் தருகிற முக்கியத்துவமும் அவரது தொழில் நேர்த்தியும்.

"ஒரு ஆணைக்காட்டிலும் தன்னை நிரூபித்தல் என்பது பெண்களுக்கு இங்கு சவாலானது. ஏனெனில், பெண் என்பதால் எந்தச் சலுகையும் தேவையில்லை என்பதில் உறுதியாக இருந்தேன். இதற்காக, நான் கடினமான மேற்தோலைப் போர்த்தியாக வேண்டியிருந்தது" என்கிறார், தனது திரைப்பட பயணம் குறித்து பேசும்போதெல்லாம் காம்பியன்.

காம்பியனின் கதாபாத்திரங்கள் யாவருமே உணர்ச்சியின் கொந்தளிப்பிலேயே வாழ்கிறார்கள். மனித மனத்தின் தன்மையை வெவ்வேறு தரப்பட்ட கதாபாத்திரங்கள்மூலம் வடிவமைப்பதில் காம்பியன் எப்போதுமே வெற்றிபெறுகிறார்.

ஜேன் கேம்பியன் இயக்கியத் திரைப்படங்கள்

1. *Sweetie (1989)*
2. *An Angel at my Table (1990)*
3. *The Piano (1993)*
4. *The Portrait of a Lady (1996)*
5. *Holy Smoke (1999)*
6. *In the cut (2003)*
7. *Bright Star (2009)*
8. *The Power Of The Dog (2021)*

2. கிளேர் டெனிஸ்

கிளேர் டெனிஸ் *(Claire Denis)* பிரெஞ்சுத் திரைப்பட உலகின் மரியாதைக்குரிய இடத்தைத் தக்கவைத்திருக்கிறார். ஒன்றரை மணிநேரத் திரைப்படத்தின் திரைக்கதையில் என்னென்ன அங்கங்கள் இருந்தால் சுவாரஸ்யம் தரும் என்பதைப் பற்றியெல்லாம் டெனிஸ் சிறிதும் அலட்டிக்கொள்வதில்லை. தெளிவானதொரு கதைசொல்லல் முறையை நாம் எப்போதுமே இவரது படங்களில் எதிர்பார்க்க முடிவதில்லை. இதுவும்கூட இவரது படங்களைத் தொடர்ந்து பார்க்கும்படித் தூண்டுகிறது. இவர் இயக்கிய முதல் படமான *Chocolat* பிரெஞ்சுத் திரைப்படத்துக்கே மைல்கல் என்கிறார்கள் விமர்சகர்கள். ஒரு சிக்கலான உறவுமுறையையும் அதன் சூழலையும் டெனிஸ் இந்தப் படத்தில் கையாண்டிருக்கும்விதம் ஆச்சரியமானது.

சிறுவயதில் ஆப்பிரிக்காவில் வாழ்ந்த பிரான்ஸ் என்ற பெண், சில வருடங்கள் அவளது சொந்த நாடான பிரான்ஸில் தங்கிவிட்டு திரும்பவும் ஆப்பிரிக்கா வருகிறாள். அங்கு சிறிதுகாலம் தான் வாழ்ந்த ஒரு வீட்டைப் பார்க்க வேண்டும் என்பது அவளது பயண நோக்கம். ஆப்பிரிக்காவின் உள்ளூர் கிராமங்களைப் பார்க்கும்போது அவளுக்கு சிறுவயது நினைவுகள் வருகின்றன. இப்படித் தொடங்குகிறது *'Chocolat'* திரைப்படம். கிட்டத்தட்ட, இது டெனிஸின் கதைதான் என்றாலும், முழுவதுமாக தன்னுடைய சுயசரிதை என்று சொல்லிவிட முடியாது என்கிறார். ஒன்பது வயதாகும் பிரான்ஸ், தன் அப்பா அம்மாவுடன் மத்திய ஆப்பிரிக்காவுக்கு குடிபெயர்கிறாள். அங்கு அவளது தோழனாக அமைகிறான் இவளுடைய வீட்டில் வேலை செய்யும் ஆப்பிரிக்க இளைஞனான போர்ட்டி.

மிகுந்த புத்திசாலியும் உழைப்பாளியுமான போர்ட்டி அழகனாகவும் இருக்கிறான். அடிக்கடி வேலை தொடர்பாக பிரான்ஸின் அப்பா பல நாட்கள் வெளியில் சென்றுவிடுகிறார். வீட்டு வேலை செய்யும் பெண்கள், சமையல்காரர் என சிலர் மட்டும் சூழ்ந்திருக்க, தனிமையானதொரு இடத்தில் தங்கும் சூழல் பிரான்ஸுக்கும் அவளது அம்மாவுக்கும் ஏற்படுகிறது. எந்த சுவாரஸ்யமுமற்ற அந்தச் சூழலும், கொஞ்சம் பிசகினாலும் வாழ்க்கையை சோர்வுதட்டச் செய்யும் தட்பவெப்பமும், அதனூடான தனிமையும் பிரான்ஸின் அம்மாவை அலைக்கழிக்கின்றன. பணியாளர்கள் அனைவருடனும் மொழி மற்றும் இனப்பாகுபாடு காரணமாக பிரான்ஸினுடைய அம்மாவால் நெருங்கிப் பழக இயலாமல் போகிறது. ஆனால் போர்ட்டி மட்டும் அவளை பலவிதங்களில் கவருகிறான். பிரான்ஸின் அம்மாவுக்கும், போர்ட்டிக்கும் இடையில் ஒரு பரஸ்பர புரிதல் உருவாகிறது.

வெள்ளை நிறத்தவரான பிரான்ஸின் அம்மாவுக்கு கறுப்பின இனத்தைச் சேர்ந்த தனக்கு அடிமைப் பணி செய்யும் ஒருவன்மேல் ஏற்பட்ட ஈர்ப்பு என்பது அவளாலேயே ஏற்றுக்கொள்ளமுடியாத துயரமாகவும் மாறுகிறது. போர்ட்டியும் தனது நிலைமை ஆதிக்க தேசத்தவர் முன்பு எப்படிப்பட்டதாக இருக்கிறது என்பதை நன்கு உணர்ந்தவனாக இருக்கிறான். அதனால் ஒருவர்பால் மற்றொருவர் கொண்டுள்ள இச்சையை வெளிக்காட்டிக்கொள்ள முடியாத சூழலால் இருவரும் அவஸ்தைக்குள்ளாகின்றனர். பிரான்ஸ்,

தனது அம்மாவுக்கும் போர்ட்டிக்கும் இடையில் நிலவுகிற ஒரு மௌனப் போராட்டத்தை கிரகித்துக் கொள்கிறாள். ஒன்பது வயது சிறுமி இதை எந்தக் கண்ணோட்டத்தில் பார்க்கிறாள் என்பதை டெனிஸ் சொல்ல விழைந்து அதில் வெற்றியும் பெறுகிறார். இனப்பாகுபாடு குறித்து இதுமாதிரியான கோணத்தில் ஒரு திரைப்படத்தை முதன்முதலில் டெனிஸ் முயற்சி செய்தது அனைவராலும் விரும்பப்பட்டது. பலரும் இந்தக் கதை என்ன சொல்ல வருகிறது என்பதே புரியவில்லை என்றார்கள். டெனிஸின் மற்றைய படங்களுக்கும் இதுபோன்ற விமர்சனங்கள் எழுந்தன. இதற்குக் காரணம், டெனிஸின் தேர்ந்தெடுத்திருந்த இலக்கிய வாசிப்பு. பதினான்கு வயதில் மற்றவர்கள் திகில், சாகச நாவல்களைப் படித்துக் கொண்டிருக்கும்போது டெனிஸ் பிரெஞ்சு சிந்தனையாளரான ஃபிரான்ஸ் ஃபனான் புத்தகங்களின்மேல் ஈர்ப்புக் கொண்டிருந்தார். ஃபனான், பிரெஞ்சு ஆதிக்கத்தில் ஆப்பிரிக்காவின் நிலைகுறித்து குறிப்பிடத்தக்க புத்தகங்களை எழுதியவர். அவருடைய சில கருத்துகளில் டெனிஸுக்கு முரண்பாடுகள் ஏற்பட்டாலும் காலனி ஆதிக்கத்தின்போது ஆப்பிரிக்க மக்களுக்கு ஏற்பட்டிருந்த உளச் சிக்கல்கள் குறித்து ஃபனான் சொன்ன கருத்துகளை அப்படியே ஏற்றுக்கொள்கிறார் டெனிஸ். அதைத்தான் தன்னுடைய படங்களில் அவர் தொடர்ந்து வெளிக்காட்டியபடி இருக்கிறார்.

இதோடு, மார்கரெட் டூரா கவிதைகளும் டெனிஸின் மனதுக்கு உகந்ததாக இருக்கின்றன. டூராவின் படைப்புகள் அனைத்தும் சொல்லவந்த கருத்தை எந்த அலங்காரங்களும் இல்லாமல் நேரடியாக எடுத்துக்காட்டுபவை. இந்த வடிவத்தைத்தான் தனது திரைக்கதையிலும், காட்சியமைப்புகளிலும் வசப்படுத்திக் கொள்கிறார் டெனிஸ். அந்தந்தக் காட்சிக்கு என்ன தேவையோ அதை கத்தரித்ததுபோல கதாபாத்திரங்கள் பேசிவிடுகிறார்கள் அல்லது அவர்களது சிறு செய்கைகளின் மூலம் நம்மால் உணர்ந்துகொள்ள முடிகிறது.

'மனிதர்கள் எப்படி வாழ்ந்து கொண்டிருக்கிறார்கள் என்பதை கவனிக்கிறேன். ஒரு சாதாரண விஷயம்கூட அசாதாரணமான சூழலில் நடைபெறுகிறபோது அது என்னை உந்துகிறது' என்பது டெனிஸ் தன்னுடைய படங்களின் தன்மையைப் பற்றிச் சொல்வது. டெனிஸ், சிறுவயது வரை ஆப்பிரிக்காவில்

வாழ்ந்து பிறகு விருப்பமேயின்றி மேற்படிப்பின் காரணமாக பிரான்ஸ் செல்கிறார். சொந்த நாடான பிரான்ஸ் அவருக்கு எப்போதுமே அந்நியத்தன்மையுடன் இருந்திருக்கிறது. பிரான்சில் தன்னுடன் படித்தவர்கள் வரிக்குதிரைகளையும், யானைகளையும், சிங்கங்களையும் புத்தகத்தில் படமாக மட்டுமே பார்த்திருக்கிறார்கள் என்பது டெனிஸுக்கு வியப்பான செய்தியாக அப்போது இருந்திருக்கிறது. தான், இவற்றையெல்லாம் சர்வசாதாரணமாக நேரில் பார்த்திருக்கிறோம் என்பதே ஆப்பிரிக்காவைப் பிரிந்ததன் ஏக்கமாக அவர் மனதினுள் தங்கிவிட்டது. இப்போது, எழுபது வயதைக் கடந்தபின்னும்கூட அந்த பிரிவாற்றாமையில் இருந்து டெனிஸால் விடுபட முடியவில்லை. அதனாலேயே அவரது படங்களின் கதாபாத்திரங்கள் ஆப்பிரிக்காவில் குடியேறிய பிரான்ஸ் தேசத்தினவராகவே பெரும்பாலும் இருக்கின்றனர். அவர்களது மனஓட்டத்தை திரும்பத்திரும்ப பதிவு செய்வதன்மூலம் தன்னுடைய ஆழ்மன இறுக்கங்களில் இருந்து விடுதலையாகிறார் டெனிஸ்.

டெனிஸுக்கு மீண்டும் பாராட்டுதல்களை பெற்றுத்தந்த படம் *White Material*. ஆப்பிரிக்காவில் நிரந்தரமாக குடியேறி, அங்கு ஒரு பண்ணையை நிர்வகித்துவரும் பிரெஞ்சுப் பெண்ணான மரியம் என்ற கதாபாத்திரத்தைத் தொடரும் கதை. ஆப்பிரிக்காவைப் பொருத்தவரை, வெள்ளை நிறத்தவர்கள் எப்போதுமே மரியாதைக்குரியவர்களாக அங்குள்ள மக்களால் நடத்தப்படுவார்கள். அவர்களைச்சுற்றி ஒரு மாய ஒளிவட்டம் இருப்பதாகவே ஆப்பிரிக்க மக்கள் நினைக்கின்றனர். அதனால் பல காலகட்டங்களில் அங்கு ஏற்பட்ட பட்டினி, பஞ்சம் போன்றவை வெள்ளை நிறத்தவர்களை அதிகம் பாதித்ததில்லை. ஆனாலும்கூட சொந்த நாடல்லாத ஒரு தேசத்தில் அந்நிய மக்கள் வாழ்வதென்பது பாதுகாப்புக்கு அப்பாற்பட்டதுதான் என்பதான கருத்தை வலுவாக முன்வைக்கும் திரைப்படம் *White Material*. ஆப்பிரிக்காவின் உள்நாட்டுக் கலகம் ஏற்படும்போது, மரியமின் பண்ணைக்கும் கலகக்காரர்களால் ஆபத்து ஏற்படும் வாய்ப்பு வருகிறது. தன்னுடைய வேரென்பது ஆப்பிரிக்காதான் என்று தீவிரமாக நம்பியிருக்கும் மரியமால், தனக்கும்கூட இந்த உள்நாட்டுக் கலகம் சிக்கலை ஏற்படுத்தும் என்பதை நம்பமுடியாமல் போகிறது.

ஆப்பிரிக்கா தனக்கு அந்நிய தேசம்தான் என்பது மரியமுக்கு உரைக்கிறது. தனியாளாகத் தன்னை உணருகிறாள். திரும்பவும் பிரான்ஸுக்குத் திரும்பிச் செல்லலாம் என்ற மனநிலைக்கு அப்போதும் மரியமால் வர இயலவில்லை.

பிரான்ஸ், தன்னை மேலும் பலவீனப்படுத்தும் என்றே மரியம் நம்புகிறாள். நிற்கும் பூமிகூட நடுங்கவைக்கும் என்ற நிலையை உணரும் மரியமின் போராட்டமே இந்தப் படம். ஒரு நாட்டின் நிலவியல், அரசியல் போன்றவற்றைப் பின்னணியாகக் கொண்டு மனிதர்களின் உளச் சிக்கல்களை டெனிஸ் கையாண்ட திரைப்படங்கள் அனைத்துமே அவருக்கு உலகத் திரைப்பட இயக்குநர்களில் முக்கியமானவர் என்ற பெயர் வாங்கித் தந்திருக்கிறது. டெனிஸின் திரைப்படங்களில் வெவ்வேறு தரப்பட்ட மனிதர்களை நம்மால் பார்க்க முடிகிறது. ஒருசில காட்சிகளில் வருபவர்கள்கூட நம்மிடம் பாதிப்பை ஏற்படுத்துவதன் காரணம் நாமும்கூட அவர்களை யதார்த்தத்தில் சந்தித்து வருகிறோம் என்பதுதான்.

35 SHOTS OF RUM - டெனிஸின் பிரபலமான திரைப்படம். பிரான்ஸில் புறநகர் மின்சார ரயில் ஓட்டுநரான லியோனலுக்கும் அவர் மகள் ஜோசெபினுக்கும் இடையிலான கதை.

சிறுவயதிலேயே அம்மாவை இழந்த ஜோசெபினை லியோனல் தனியாளாக வளர்க்கிறார். இவர்கள் தங்கியிருக்கும் அடுக்குமாடிக் குடியிருப்பில் டாக்ஸி ஓட்டுநரான காப்ரியல் என்ற பெண்ணும் வாழ்கிறாள். அவளுக்கு லியோனல்மேல் ஈர்ப்பு இருக்கிறது. ஜோசெபினிடம் தாய்மை உணர்வுடன் பழகுகிறாள். ஜோசெபினுக்கு அந்தக் குடியிருப்பில் வசிக்கும் நோவா என்ற இளைஞன்மேல் காதல் ஏற்படுகிறது. ஆனால் ஜோசெபினுக்கும், லியோனலுக்கும் இருவருக்கிடையேயான வாழ்வில் மற்றவர் பங்குகொள்வதில் தயக்கமும் இருக்கிறது. இந்த நால்வருக்குள்ளும் நடக்கிற சம்பவங்கள்தான் கதை.

இந்தப் படத்தில் வருகிற கதாபாத்திரங்கள் தனிமையை எதிர்கொள்பவர்களாக இருக்கின்றனர். லியோனலின் நண்பனாக வருகிற ஒரு கதாபாத்திரமும் முக்கியமானது. லியோனலின் நண்பர் பணியிலிருந்து ஓய்வுபெற்றதும் தான் நினைத்த வாழ்க்கையை வாழமுடியாமல்போனது பற்றி லியோனலிடம் வருத்தப்படுகிறார்.

காலம் தன்னை நகர்த்திக்கொண்டு வந்து கடைக்கோடியில் நிறுத்திவிட்டது என்கிறார். இன்னும் வாழ்வு மிச்சமிருக்கிறது என்று நினைக்கிற தருணத்தில் வாழ்க்கையின் இறுதிக்கட்டத்துக்கு தான் வந்துவிட்டதை உணரும் அவர், சொந்தங்கள் யாருமற்ற அந்தப் பெரிய நகரத்தில் ஆற்றாமையோடு அலைகிறார். இறுதியில், தான் தினமும் ரயிலைச் செலுத்திய பாதையிலேயே தற்கொலையும் செய்துகொள்கிறார். நண்பனின் சடலத்தை தண்டவாளத்தில் முதன்முதலில் பார்க்கும் வேதனை லியோனலுக்கு ஏற்படுகிறது. அதிலிருந்து தன்னை மீட்டுக்கொள்வதற்காக ஜோசெபினை அழைத்துக்கொண்டு தன் மனைவியின் ஊருக்குச் செல்கிறார். அங்கு மனைவியின் அம்மாவைச் சந்திக்கிறார். ஜோசெபினோடு தன் மனைவியின் கல்லறைக்குச் செல்கிறார். இந்தப் பயணம் அவர்கள் இருவரின் மனதிலும் கொண்டிருந்த நெடுநாள் நெருடல்களை சரிசெய்கிறது. நோவாவுக்கு ஜோசெபினைத் திருமணம் செய்துகொடுக்க லியோனல் சம்மதிக்கிறார். திருமண நாளன்று அதுவரை கொண்டிருந்த கட்டுப்பாடுகளைவிட்டு அளவுக்குமீறி மது அருந்துகிறார் என்பதோடு படம் முடிகிறது.

அதிக மக்கள்தொகை கொண்ட நகரத்தில் கூட்டம் கூட்டமாக எல்லோரும் வெளிக்கிளம்புகின்றனர். வீடு திரும்புகின்றனர். ஆனால், வீடு என்னும் கூட்டுக்குள் அனைவரும் தனிமைச் சிக்கலில் மாட்டிக்கொள்கின்றனர் என்பதை படம் முழுக்க வெவ்வேறுவிதங்களில் காட்சிப்படுத்துகிறார் இயக்குநர் டெனிஸ். லியோனல் அவரது வீட்டுக்கு வரும் நேரம் அறிந்து நடு இரவுவரை கூட தனது வீட்டின் ஜன்னலுக்கு அருகே காத்திருக்கிறாள் காப்ரியல். அவர் வருவதைப் பார்த்தபின் தன் வீட்டுக்குள் போகிறாள். அது, அவளுக்கு நாளின் ஒரு கடமையாகவே மாறுகிறது. நோவா தனது தனிமையைப் போக்க ஒரு பூனையை வளர்க்கிறான். அது இறந்துபோகிறது. அதைப்பற்றி எந்தத் துக்கமும் படாமல் அதை குப்பைத்தொட்டியில் போடுகிறான். டெனிஸின் படங்களின் கதைகள் வேறுவேறான தளத்தைக் கொண்டிருந்தாலும் அதனூடாக அவர் சொல்ல வருவதெல்லாம் தனிமை எப்படி மனிதனை அலைக்கழிக்கும் என்பதைத்தான்.

தனிமையும், அலைக்கழிப்பும் தான் இவரது படத்தின் மையம். இதனைத் தொடர்ந்து அவரது சமீபத்திய படமான *The Fence* வரைக்கும் சொல்லிவருகிறார். *Both Sides Of The Blade* என்கிற

இவரது படம் மற்றவற்றை விட சற்று வித்தியாசமானது. முதல் படமான *Chocolat*-ன் பாணியைக் கொண்டது. ஒரு பெண் தனது கணவனுக்கும் நெருங்கிய நண்பனுக்கும் இடையில் மன அல்லாட்டம் கொண்டிருக்கிற கதை.

டெனிஸ் பதினைந்து வயதிலேயே திருமணம் செய்துகொண்டவர். இவருடைய கணவர் புகைப்பட நிபுணராக பிரபல பத்திரிகைகளில் வேலைபார்த்தவர். அவர்தான் டெனிஸுக்கு கேமராபற்றி சொல்லிக் கொடுக்கிறார். இருவரும் விவாகரத்து பெற்றுக்கொண்ட பின்னும்கூட டெனிஸ் விரும்பியபடி ஒளிப்பதிவுக்கான கல்லூரியில் டெனிசை அவருடைய கணவர் சேர்த்துவிடுகிறார். தொடர்ந்து படங்களில் உதவி இயக்குநராக டெனிஸ் வேலை செய்யும்போது ஓவியங்களின்மேல் நாட்டம் கொண்டிருக்கும் டெனிஸின் காட்சியமைப்புகள் தனித்துவமாக இருக்கின்றன. ஒரு ஓவியத்தின் தொடர்போல காட்சிகளை அமைப்பதில் டெனிஸ் தேர்ச்சியும் பெற்றிருக்கிறார். அதிலும் கவிதைகளை காட்சிப்படுத்துவதில் டெனிஸுக்கு ஆழமான ஆர்வம். 'நாம் எப்போதுமே வாழ்க்கையைப் புரிந்துகொள்வதில் ஜெயித்தபடியும், தோற்றபடியும் இருக்கிறோம். நாம் எதற்காக வாழ்ந்தோம் என்பதைக்கூட புரிந்துகொள்ளாமல் மறைகிறோம். இதைத்தான் திரைப்படங்களும், இலக்கியமும் பிரதிபலிக்க வேண்டும்' என்கிறார் டெனிஸ். இதை வெளிப்படுத்தும் விதமாகவே ஒவ்வொரு திரைப்படத்திலுமே அவரைப் பாதித்த கவிதைகளை கனவுப் படிமமாக டெனிஸ் மாற்றிவிடுகிறார். உதாரணத்துக்கு, *35 Shots Of Rum* படத்தில் லியோனல் ஜோசெபினை குதிரையில் வைத்து வேகமாகச் செல்வதுபோன்று ஒரு கனவுக்காட்சி வரும். அந்தக் காட்சி, ஒரு பிரெஞ்சுக் கவிதையின் சாராம்சம். உடல்நலமற்ற பெண் குழந்தையை அவளுடைய அப்பா குதிரையில் அழைத்துக்கொண்டு பக்கத்து கிராமத்துக்குச் செல்வதென்பது அந்தக் கவிதையின் மையம்.

'திரைப்படம் எடுப்பதென்பது அலைக்கழிக்கும் கடல் நடுவில் மோசமான வானிலையில் கப்பலைச் செலுத்துவது போன்றதான அனுபவம். ஆனாலும் இயலாத ஒன்றை செயல்படுத்துவதுதான் என்னுடைய திரைப்படங்களின் நோக்கம்' என்பது, டெனிஸ் தனது திரைப்பட இயக்கம் குறித்து எப்போதும் சொல்வது. அந்தக் கப்பலின் நிலையை அவர் பார்வையாளர்களிடமும்

கடத்திவிடுகிறார். அது, ஒரு விரும்பப்படுகிற அலைக்கழிப்பாகவும் அமைந்துவிடுகிறது.

கிளேர் டெனிஸ் இயக்கியத் திரைப்படங்கள்

1. *Chocolate (1988)*
2. *No Fear, No Die (1990)*
3. *I Can't Sleep (1994)*
4. *Nenette et Boni (1996)*
5. *Beau travail (1999)*
6. *Trouble Everyday (2001)*
7. *Friday Night (2002)*
8. *The Intruder (2004)*
9. *35 Shots of Rum (2008)*
10. *White Material (2009)*
11. *Bastards (2013)*
12. *Let the Sunshine in (2017)*
13. *High Life (2018)*
14. *Both Sides Of The Blade (2022)*
15. *Stars At Noon (2022)*
16. *The Fence (2025)*

3. மீரா நாயர்

மீரா நாயரின் *(Mira Nair)* கண்கள் வசீகரமானவை. அது அவருக்கும் தெரிந்திருந்தது. அதனாலேயே நடிப்புத்துறையில் பிரகாசிக்க வேண்டும் என்று விரும்பினார். ஆனால், அதைவிட வலிமையாக தனது திறமையை திரைப்படம் இயக்குவதில் காட்டிவருகிறார். இந்தியாவில் பிறந்து, வளர்ந்து தற்போது அமெரிக்காவில் குடிபெயர்ந்துள்ள மீராவின் படங்கள் அனைத்துமே கலாச்சார சிக்கல்களைப் பேசக்கூடியவையாக இருக்கின்றன. 'இந்தியத்தனம்' நிறைந்த படங்கள் இவருடையவை என்று சொல்லப்பட்டாலும் அதையும் தாண்டிய சர்வதேச பார்வையைத் தான் முன்வைப்பதாகச் சொல்கிறார்.

மீராவின் அப்பா இந்தியக் கப்பற்படையில் பணி செய்தவர். அம்மா சமூக சேவைகளில் தன்னை ஈடுபடுத்திக்கொண்டவர். ஒடிசா தலைநகர் புவனேஸ்வர் அருகில் ஒரு கிராமத்தில் பிறந்தவர் மீரா. அந்த ஊரில் மீராவை 'பக்லி' என்றே அழைத்தனர். பக்லி என்பதற்கு 'பைத்தியம்' என்பது அர்த்தம். ஏனெனில், மீராவின் கற்பனைகளுக்கும் அவரது செய்கைகளுக்கும் இடைவெளி இருந்ததில்லை. ஊர் சுற்றுவார், மரம் ஏறுவார், சித்தார் கற்றுக்கொள்கிறேன் என்பார், அண்ணன்களோடு கட்டிப்புரண்டு சண்டை போடுவார், ஓவியம் வரைவார்... ஒரு பெண், இப்படி இஷ்டப்படித் திரிவது என்பதை அந்த ஊர் மக்கள் முதன்முதலில் பார்ப்பதால் அவருக்கு 'பக்லி' பட்டம் கிடைத்தது. ஆனாலும் மீராவின் விளையாட்டுத்தனங்கள் எல்லாவற்றையும் ரசிக்கவும் செய்தனர்.

உள்ளூர் பள்ளிக்கூடத்தில் படிக்கும்போது, இவரிடம் அசாத்தியமான திறமைகள் இருப்பதை தலைமையாசிரியை கண்டுகொண்டார். ஒரு கட்டுரையை அனைவரும் மனப்பாடம் செய்து எழுதிக்காட்டும்போது மீராவின் கட்டுரைகள் ஏட்டுப்பாடமாக மட்டுமில்லாமல் அவரது கற்பனைகளையும் சேர்த்தே சொன்னது. மற்ற ஆசிரியைகள் இதைக் கண்டிக்கும்போது, தலைமையாசிரியை மட்டும் 'நீ இங்கு இருக்க வேண்டியவளே இல்லை' என்று மீராவிடம் அடிக்கடி சொல்லிக்கொண்டே இருந்தார். இதே விஷயத்தை மீராவின் அப்பாவிடத்திலும் சொன்னார். அவருடைய அப்பாவுக்கு மீராவின் எதிர்காலம் பற்றிய கேள்வி எழும்போது அதற்குப் பதிலை மீரா ஏற்கனவே தேர்ந்தெடுத்திருந்தார்.

'அண்ணன்களை வெளியூர் அனுப்பி படிக்க வைத்ததுபோல என்னையும் அனுப்புங்கள்' என்றார். பெண் பிள்ளையை வெளியூருக்கு அனுப்புவதா என்ற தயக்கத்தைக் காட்டிலும், நினைத்ததும் எதையும் சாதித்துவிடக் கூடிய மீராவின் குணம் அவருடைய அப்பாவைச் சம்மதிக்க வைத்தது. "என்னுடைய குடும்பம் என்னை மிகச் சுதந்திரமானவளாக நினைக்க வைத்தது. இது, எனக்கு மிகப்பெரிய தன்னம்பிக்கையை எப்போதும் கொடுத்திருக்கிறது. இந்த சுதந்திர எண்ணம், தன்னம்பிக்கைதான் என் படங்களில் வெளிப்படுவதாக நினைக்கிறேன்" என்று மீரா சொல்லியிருக்கிறார்.

டெல்லி பல்கலையில் படித்துக் கொண்டிருக்கும்போதே சில நாடகங்களில் நடித்தார். ஊக்கத்தொகை கிடைத்ததன் காரணமாக அமெரிக்க ஹார்வர்டு பல்கலையில் சமூகவியல் பாடத்தில் சேர்ந்தார். யாரோ சொல்லிக் கொடுத்து நடிப்பது என்பது மீராவின் இயல்புக்கு ஒத்துவரவில்லை. அவரது கவனம் ஆவணப்படங்களை இயக்குவதில் திரும்பியது. அந்த சமயம் ஹார்வர்டு பல்கலையில் புகைப்படக்கலை பற்றி கற்றுக்கொடுக்க வந்த பேராசிரியர் மிட்ச் எப்ஸ்டீனுடன் காதல் வந்தது மீராவுக்கு. ஹார்வர்டில் படித்துக் கொண்டிருக்கும்போது முதல் ஆவணப்படத்தை இயக்கினார். மீராவின் திரைப்படங்கள் எந்தளவுக்குத் தாக்கத்தை ஏற்படுத்துகிறதோ, அதேயளவுக்கான வீச்சை அவரது ஆவணப்படங்களும் கொண்டிருக்கின்றன. சொல்லப்போனால், அவரது ஆரம்பகாலப் படங்களில் வரும் கதாபாத்திரங்கள் ஆவணப்படங்களுக்காக அவர் நேரடியாக சந்தித்தவர்களே. அதனாலேயே மீராவின் படங்கள் யதார்த்தத்துக்கு மிக அருகில் நிற்கின்றன.

இவரது முதல் ஆவணப்படம் *'Jama Masjid Street Journal'* டெல்லியில் வாழும் இஸ்லாமியர்களைப் பற்றியது. அடுத்ததாக அவர் எடுத்த ஆவணப்படம் *So Far From India* - டெல்லி சுரங்கப்பாதையில் செய்தித்தாள் விற்கும் ஒருவரின் அன்றாட வாழ்க்கையைப் பதிவு செய்தது. அதன் மூலமாக நவீனமயமான டெல்லி உருவாகும்போது அதன் கலாச்சார வேர்கள் என்று சொல்லப்படுகிற சில அம்சங்கள் எப்படிச் சீர்குலைகின்றன என்பதையும் ஆவணப்படம் காட்டியது. டெல்லி நகரின் நெரிசலினூடே கேமராவை வைத்து எடுக்கப்பட்ட அந்த ஆவணப்படம், அமெரிக்காவின் திரைப்பட விழாக்களில் பங்குபெற்று வரவேற்பைப் பெற்றது. தொடர்ந்து மீரா இயக்கிய இரண்டு ஆவணப்படங்கள் பார்ப்பவர்கள் மத்தியில் அதிர்வுகளை ஏற்படுத்தின. வீட்டில் மனைவிகள் கணவர்களுக்காக காத்திருக்க, அவர்களுடைய கணவர்கள் மாலை நேரங்களை மும்பை 'காபரே'வில் செலவழிப்பதையும், காபரே ஆடுகிற பெண்களின் வாழ்க்கையையும் பதிவு செய்தார். தொடர்ந்து, மும்பையின் தெருவோரக் குழந்தைகள் குறிப்பாக, பெண் குழந்தைகளின் அன்றாட வாழ்க்கையை வெளிக்காட்டியதன் மூலம் உடனடி கவனம் பெற்றார். ஆனாலும், மீராவின் நலம்விரும்பிகள் 'இதெல்லாம் ஒரு வேலையா... உலகத்துல சொல்றதுக்கு விஷயமா இல்ல' என்று அவரைப் பின்னுக்கு இழுத்தனர்.

'ஆம், சொல்வதற்கு இன்னும் ஏராளமாகத்தான் இருக்கின்றன, அதைவிட முக்கியம் அது பலருக்கும் போய்ச்சேர வேண்டும் என்பது' என்று முடிவெடுத்திருந்தார் மீரா. அதனாலேயே திரைப்படம் இயக்கும் முயற்சிக்குப் போனார். ஆனால், நினைத்தவுடன் திரைப்படம் எடுத்துவிட முடியவில்லை. தயாரிப்பாளர்களுக்குக் காத்திருக்க வேண்டியிருந்தது. வந்த தயாரிப்பாளர்களோ, 'உங்களுடைய கதையை வியாபாரமாக்க முடியாது' என்று ஒதுங்கிவிட்டனர். காத்திருந்தார் மீரா. பிறகு நண்பர் ஒருவருடன் சேர்ந்து தானே சொந்தமாகத் தயாரித்தார்.

மும்பையின் தெருவோரக் குழந்தைகள், பாலியல் தொழிலில் ஈடுபட்ட பெண்களைப் பற்றிய படமான *Salaam Bombay* வெளிவந்தது. படத்தில் நடித்த குழந்தைகள், பெண்கள் எல்லோருமே தொழில்முறை நடிகர்கள் அல்ல. மும்பை தெருவோரக் குழந்தைகளையும், பாலியல் தொழிலில் ஈடுபட்ட பெண்களையும் நடிக்க வைத்தார். மிகக் குறைவான பணத்தில் தயாரிக்கப்பட்டு, அதிக லாபத்தை ஈட்டித்தந்த படமாக அமைந்தது. இந்தியாவைச் சேர்ந்த ஒரு பெண் திரைப்பட இயக்குநராகி இருக்கிறார் என்பதே ஒரு சாதனைச் செய்தியாக இருந்தபோது, யாருமே தொடத் தயங்குகிற ஒரு களத்தை முன்வைத்து ஒரு படத்தை உருவாக்கியிருக்கிறார் என்பது அதிவியப்புக்குரிய உண்மையாக மாறியிருந்தது. இருபத்தி மூன்று சர்வதேச விருதுகளைப் பெற்றது இந்தப் படம். கான் *(Cannes)* விழாவில் பார்வையாளர்கள் விருதை தட்டிக்கொண்டு வந்தது. அதோடு ஆஸ்கருக்கும் பரிந்துரைக்கப்பட்டது.

இரண்டு வருட காலங்கள் கழித்து, அடுத்தப் படத்தை இயக்கத் தொடங்கினார். இந்த இரண்டு வருட கால இடைவெளியில் அவருக்கும் மிட்ச் எப்ஸ்டீனுக்கும் விவாகரத்து நடந்தது. உகாண்டா வாழ் இந்தியர்கள் பற்றிய ஆய்வுக்காக உகாண்டா சென்றவரை அவரது ஆய்வுப் பணிக்காக சந்திக்க வந்திருந்த மஹ்மூத் மம்தானி ஈர்த்தார். இருவரும் திருமணம் செய்து கொண்டனர். மீரா உகாண்டாவில் தங்கியிருந்தபோது, கொஞ்சமாக தன்னுடைய சுய வாழ்க்கையையும் அங்கிருந்து புலம்பெயர்ந்த மக்களின் வாழ்வையும் இணைத்து *Missisipi Masala* படத்தின் திரைக்கதையை சூனி என்பவருடன் அமைத்திருந்தார். இந்த இருவரும் சேர்ந்துதான் *Salaam Bombay* படத்துக்கும் திரைக்கதை அமைத்திருந்தனர். முதல்

படத்தில் தொழில்முறை நடிகர்களைப் பயன்படுத்தியிராத மீரா, இந்த முறை பிரபலமான நடிகர்களை நடிக்க வைத்தார். டென்சல் வாஷிங்டன், ஷர்மிளா டாகூர் நடித்திருந்த இந்தப் படமும் மீராவின் முத்திரைகளோடு வெளிவந்திருந்தது.

எப்போதுமே கலாச்சாரங்கள் குறித்து கேள்வி எழுப்புபவராகவே இருக்கிறார் மீரா. கலாச்சாரம் என்று நாம் சொல்வது எதை? போலியாக அதைத் தூக்கிக்கொண்டு அலைகிறோமா என்பது போன்ற கேள்விகள்தான் அவரது படங்கள். இதை வலிந்து சொல்லாது மெல்லிய அங்கதத்துடனேயே கையாள்கிறார்.

அதேபோல், உலகம் முழுவதிலும் சொந்த நாட்டைவிட்டு வேறு நாடுகளுக்குக் குடியேறுகிறவர்கள் சந்திக்கும் பிரச்சினைகளும், உளச்சிக்கல்கள் குறித்தும் மீராவின் படங்கள் தொடர்ந்து பேசி வருகின்றன. *Missisipi Masala*வும்கூட இப்படியான ஒரு திரைப்படம்தான்.

இந்தியாவில் பிரிட்டிஷ் ஆதிக்கம் இருந்தபோது ரயில் தண்டவாளம் அமைக்கும் வேலைக்காக ஆப்பிரிக்க நாடான உகாண்டாவுக்கு இந்தியக் குடும்பங்கள் பல குடிபெயர்ந்தன. அங்கு போனவர்கள் உகாண்டாவின் நிரந்தர குடிமக்களானார்கள். உகாண்டா நாட்டினரோடு திருமண சம்பந்தமும் வைத்துக் கொண்டார்கள். அங்கு குடிபெயர்ந்த இந்தியர்களின் வாழ்க்கை முறை பூர்வீகர்களைக் காட்டிலும் வளமாக இருந்தது. இது, அங்கு அதிபராகப் பொறுப்பேற்ற இடிஅமீனின் கண்களை உறுத்தியது. ஆசியர்கள் தங்கள் சொத்துகளை உகாண்டாவிலேயே விட்டுவிட்டு நாட்டிலிருந்து வெளியேற வேண்டும் என்று கட்டளையிட்டார். பல குடும்பங்கள் நிர்க்கதியாக வெவ்வேறு நாடுகளில் தஞ்சம் புகுந்தது. அப்படியான ஒரு இந்தியக் குடும்பத்தின் கதையை பின்னணியாகக் கொண்டு மீரா *Missisipi Masala* படத்தை இயக்கியிருந்தார்.

உகாண்டாவில் இருந்து அமெரிக்காவில் குடியேறிய ஒரு குடும்பத்தின் தலைவருக்கு மீண்டும் எப்படியாவது உகாண்டா சென்றுவிடுவோம் என்ற நம்பிக்கையோடு வாழ்க்கையைக் கடத்துகிறார். ஆனால், அது நடக்காது எனும்போது அவர் மனதில் ஆப்பிரிக்கர்கள் தங்களை ஏமாற்றிவிட்ட துயரமும், வன்மமும் பெருகுகிறது. அப்படியான மனநிலையில் இருக்கும் அவருக்கு,

தன்னுடைய மகள் ஒரு ஆப்பிரிக்கரைக் காதலிக்கிறாள் என்ற செய்தி வந்து சேருகிறது. அதன்பிறகு அவருக்கும் குடும்பத்துக்கும் ஏற்படுகிற மனச்சிக்கல்கள்தான் இந்தப்படம்.

இப்படிப்பட்ட படங்கள்தான் மீராவால் இயக்க முடியும் என்று தோன்றாதபடிக்கு 1998இல் ஒரு படத்தை எதிர்ப்போடு தொடங்கினார். கூடுதல் எதிர்ப்போடு படப்பிடிப்பை முடித்தார். அதுவரை, மீராவைப் பற்றிக் கேள்விப்படாதவர்கள் கூட இந்தப் படத்தின் மூலம் அவரை அறிந்துகொண்டனர். பதினாறாம் நூற்றாண்டைச் சேர்ந்த இரு பெண்களைப் பற்றிய படமான *Kama Sutra : A Tale of Love*வை அவர் இயக்கும்போது ‘கலாச்சாரக் காவலர்கள்’ அவரைக் கேலி பேசினார்கள். இந்திய சட்டத்துறை அவரை எதிர்த்தது. அதன்காரணமாக, அமெரிக்காவிலேயே படத்தை வெளியிட்டார்.

பாலிவுட் படங்களில் திருமண வைபவக் கொண்டாட்டங்கள் ஆடல் பாடலோடு மங்களகரமாக காட்டிக்கொண்டிருந்தபோது, அதன் மறுபக்கத்தைக் காட்டும் *Monsoon Wedding* படத்தை எடுத்தார். குடும்பத்தில் அனைவராலும் மதிக்கப்படுகிற ஒரு மூத்த உறவினர் தன்னுடைய குடும்பத்தைச் சார்ந்த பெண் குழந்தைகளிடம் எப்படி கீழ்த்தரமான இச்சையோடு பழகுகிறார் என்பதும், அந்தப் பெண் குழந்தை பெரியவளான பிறகும்கூட அது ஏற்படுத்துகிற தாக்கமும்தான் படத்தின் அடிநாதம். அதோடு திருமண உறவுகள், பதின்பருவக் காதல், ஆடம்பரமற்ற எளிய காதல் உறவுகள் என இரண்டரை மணிநேரப் படத்தில் மீரா நெகிழ்ச்சியையும், கிண்டல்களையும், கொண்டாட்டத்தையும் தொட்டுக்காட்டிக்கொண்டே போகிறார்.

எழுத்தாளர் ஜும்பா லாஹிரி எழுதிய *Namesake* நாவலை அதே பெயரில் படமாக்கினார். இதுவும்கூட அமெரிக்கவாழ் இந்தியரைப் பற்றிய படமாக அமைந்தது. மீராவின் தாத்தா, இந்திய-பாகிஸ்தான் பிரிவின்போது பாகிஸ்தானிலிருந்து இந்தியா குடியேறியவர். மீராவுக்கு சிறுவயது முதலே பாகிஸ்தான் சென்றுவர வேண்டும் என்ற விருப்பம் இருந்திருக்கிறது. மீராவின் படங்கள் பாகிஸ்தானில் ஏற்கனவே பிரபலமாகியிருந்தன. அதனால் ஒரு திரைப்பட விழாவுக்கான அழைப்பின்போது உற்சாகமாக பாகிஸ்தானுக்குப் பயணம் போனார். ஊடகங்களிலும், அரசாங்கத் தரப்பிலும் காட்டப்படுகிற பாகிஸ்தானை அவர், அங்கு எங்குமே

பார்க்கவில்லை. இசையும், உணவும், விருந்தோம்பலும், இயற்கைச் சூழலும் மற்றுமொரு இந்தியாவையே அவருக்குக் காட்டின. அங்கு, அவர் சந்தித்த இளைஞர்களுக்கு பயமுறுத்தக்கூடிய எந்த முகமூடியும் இருக்கவில்லை. இவையெல்லாம் மீராவுக்கு ஒரு திரைப்பட உருவாக்கத்துக்கான முடிவை விதைத்தது.

இதோடு, நியூயார்க்கில் இரட்டை கோபுரத் தாக்குதலுக்குப்பிறகு ஒட்டுமொத்த அமெரிக்காவும் இஸ்லாமியர்களை சந்தேகக் கண்கொண்டு பார்ப்பதின் நேரடி சாட்சியானவர் மீரா. இஸ்லாமியரான மீராவின் மாமனாரும் கணவரும்கூட அமெரிக்காவில் ஒருவித அசௌகரியத்தோடு வாழ வேண்டியிருந்தது. இவையெல்லாம் சேர்ந்து மீராவை, இது குறித்த படம் எடுக்கத் தூண்டியது. அந்தநேரம் அவருக்குக் கிடைத்த நாவல் *The Reluctant Fundamentalist.* இதை எழுதியவர் மொசின் ஹமிட். பாகிஸ்தானில் இருந்து அமெரிக்காவுக்கு வரும் இளைஞன் ஒருவன் இரட்டை கோபுரத் தாக்குதலுக்குப்பிறகு அமெரிக்கர்களால் எப்படிப் பார்க்கப்படுகிறான் என்பதே படத்தின் கதை.

பத்தொன்பதாவது வயதில் அமெரிக்காவுக்கு ஒடிசாவின் ஒரு கிராமத்திலிருந்து புறப்பட்டுச் சென்றவர் மீரா. ஆப்பிரிக்கா, அமெரிக்கா, இந்தியா இந்த மூன்று நாடுகளையும் தனது சொந்த நாடுகளாகச் சொல்கிறார். ஆப்பிரிக்கா நாட்டின் கம்பலாவில் ஒரு திரைப்படக் கல்லூரியை நடத்தி வருகிறார் மீரா. ஆப்ரிக்க திரைப்படங்கள் காட்டுகிற சித்திரங்களுக்கும் ஆப்ரிக்க வாழ்வியலுக்கும் தொடர்பில்லாதது குறித்து வருத்தப்படும் மீரா அதை மாற்ற நினைத்தே ஆப்பிரிக்காவை மையமிட்ட படங்களை எடுக்கத் தீர்மானித்திருக்கிறார். “நம்மைச் சுற்றியுள்ள சமூகம் பற்றி நாமே எடுத்துச் சொல்லவில்லை என்றால் யார்தான் உலகத்துக்குக் காட்டுவார்கள்?” என்பது சக படைப்பாளிகள் முன் மீரா அக்கறையுடன் கேட்கும் கேள்வி. *The Queen of Katwe* படமும் இந்தக் கேள்வியிலிருந்து உருவானதுதான்.

2016ஆம் ஆண்டு செப்டம்பர் மாதம் டொரோண்டோ திரைப்பட விழாவில் மீராவின் *‘The Queen of Katwe’* முதன்முதலாகத் திரையிடப்பட்டது. உகாண்டா நாட்டில் கட்வே பகுதியில் படம்பிடிக்கப்பட்ட உண்மைக் கதை இது. சதுரங்க ஆட்டத்தில்

சிறிய காய்கள் தான் பெரிய காரியங்களை தீர்மானிக்கும் என்பது விதி. வாழ்க்கையும் கூட அப்படியேதான் என்பதுதான் இந்தப் படத்தின் அருமையான கதைக் கரு. ஃபியானா என்கிற உகாண்டா நாட்டைச் சேர்ந்த பத்து வயதுச் சிறுமிக்கு தினசரி வாழ்க்கையே வறுமைக்கும் நிறைவுக்குமான போராட்டமாக மாறுகிறது. இதற்கிடையில் அவளை சதுரங்க ஆட்டம் ஈர்க்கிறது. அவளது ஆர்வத்தைப் பார்த்து ராபர்ட் கடாண்டே என்கிற பயிற்சியாளர் அவளுக்கு பயிற்சி தருகிறார். ஃபியானா தன்னை வேகமாக சர்வதேச வீராங்கனையாக வளர்த்துக் கொள்கிறாள். 'நீ திறமைசாலியாகவே இருந்துவிட்டுப் போ..ஆனால் நீ உருவான இடம் உகாண்டா நாட்டின் சேரிதானே' என்கிற எதிர்வினையையே சர்வதேச அரங்குகளில் அந்தச் சிறுமி எதிர்கொள்கிறாள். கட்வேக்கு அப்பால் உள்ள உலகம் பத்து வயது சிறுமியின் மனதில் ஏற்படுத்திய ரணமும், அழுத்தமும் அதை அவள் கையாண்ட போக்கும்தான் மீரா நாயரை இந்த உண்மைச் சம்பவத்தைத் திரைப்படமாக மாற்ற வைத்தது. இந்தப் படத்தினை டிஸ்னி நிறுவனம் தயாரிக்க முன்வந்தது சர்வதேச அளவில் படத்தை நோக்கி கவனம் பெற வைத்திருக்கிறது. இந்தப் படத்தினை இயக்குவதற்கு முன்பாகவே 2014ஆம் ஆண்டு ஃபியானா போன்ற விளிம்புநிலை குழந்தைகளுக்கு விளையாட்டு பயிற்சி தந்து கொண்டிருக்கும் பயிற்சியாளர் ராபர்ட் கடாண்டே பற்றிய ஒரு ஆவணப் படத்தை எடுத்திருந்தார் மீரா. இந்த ஆவணப் படம் தான் டிஸ்னி நிறுவனத்தை *The Queen of Katwe* படத்தினைத் தயாரிக்க முன்வரச் செய்தது.

தற்போது கொலம்பியா பல்கலைக்கழகத்தில் திரைப்படங்கள் பற்றி வகுப்பெடுக்கிறார். இதோடு, யோகாசனத்தின்மேல் உள்ள விருப்பம் காரணமாக யோகாசன வகுப்புகளும் எடுத்துக் கொண்டிருக்கிறார்.

இருபத்தைந்து ஆண்டுக்கும் மேலாக இயக்குநராக பணிசெய்து தற்போது, எழுபது வயதை நெருங்கும் மீரா, தனது திரைத்துறை வாழ்க்கைபற்றி சுருக்கமாக இப்படிச் சொல்கிறார், 'முதலையின் தோலும் கவிஞர்களின் மனமும் இருந்தால் மட்டுமே இங்கு ஒரு பெண் இயக்குநராக வேலை செய்ய முடியும்'.

மீரா நாயர் இயக்கியத் திரைப்படங்கள்

1. *Salaam Bombay (1988)*
2. *Missisippi Masala (1991)*
3. *The Perez family (1995)*
4. *Kama Sutra : A Tale of Love (1996)*
5. *Monsson Wedding (2001)*
6. *Hysterical Blindness (2002)*
7. *Vanity fair (2004)*
8. *The Namesake (2006)*
9. *Amelia (2009)*
10. *Queen Of Katwe (2016)*

4. ஈவ டூவெர்னே

குழந்தைகளின் கற்பனைத் தோழிகளை உருவாக்கித்தரும் 'பார்பி' நிறுவனம் இயக்குநர் ஈவ டூவெர்னே *(Ava duvernay)* உருவத்தில் பார்பி பொம்மையைத் தயாரித்திருந்தது. இந்த பொம்மைகள் இரண்டே நாட்களில் விற்றுத் தீர்ந்து போயின என்பதை மகிழ்ச்சியுடன் பகிர்ந்துகொண்டது 'பார்பி' நிறுவனம். இத்தனைக்கும் டூவெர்னே, குழந்தைகளுக்கான படம் எடுப்பவரல்ல. ஆனாலும், அமெரிக்க மக்கள் இவரின் வளர்ச்சியைக் கவனித்துக்கொண்டே இருக்கின்றனர். அதன் சந்தோஷ வெளிப்பாட்டைத்தான் அவருடைய உருவ பொம்மையை வாங்குவதன் மூலம் தெரிவித்துக்கொண்டனர்.

ஈவ டூவெர்னே இதுவரை மூன்று படங்களும், சில குறும்படங்கள், ஆவணப்படங்களை எடுத்துள்ளார். அனைத்துமே கறுப்பின மக்களுக்கான குரலாகவே ஒலிக்கின்றன.

கறுப்பினத்தைச் சேர்ந்த டூவெர்னே பிறந்தது கலிஃபோர்னியாவில். அம்மா, அத்தை, பாட்டி, சித்தி என்று பெண்களின் ஆளுமையில் வளர்ந்தவர். உலகம் முழுவதும் பெண்களை ஈர்க்கிற பொழுதுபோக்கான சினிமா, டூவெர்னே வீட்டுப் பெண்களையும் கவர்ந்திருந்தது. ஒரு படத்தைப் பார்த்துவிட்டு சமையலறை தொடங்கி, வரவேற்பறைவரை அதைப்பற்றி அலசுகிற பெண்களைச் சுற்றிலும் கொண்டிருந்தார் டூவெர்னே. அதனால் இயல்பிலேயே திரைப்படத்துறைக்கு வரவேண்டும் என்ற ஆசை அவருக்குள் நிரம்பியது.

பனிரெண்டாவது வயதில் விளம்பர நிறுவனம் தொடங்கவேண்டும் என்ற எண்ணம் டூவெர்னேக்கு வந்தது. கல்லூரி படிக்கும்போது, சிபிஎஸ் செய்தி நிறுவனத்தில் பகுதிநேரச் செய்தியாளராக பணிக்குச் சேர்ந்தார்.

கல்லூரி முடித்ததும் ஃபாக்ஸ் போன்ற தயாரிப்பு நிறுவனங்களில் விளம்பரப் பிரிவில் வேலைக்குச் சேர்ந்து அனுபவம் பெற்றிருந்தார் டூவெர்னே. பிறகு, சொந்தமாக ஒரு விளம்பர நிறுவனத்தைத் தொடங்கினார். ஸ்டீவன் ஸ்பீல்பெர்க், கிளின்ட் ஈஸ்ட்வுட் என்று ஹாலிவுட்டின் சிறந்த இயக்குநர்களின் திரைப்படங்களுக்கு விளம்பரம் செய்யும் வாய்ப்பு இவரது நிறுவனத்துக்குக் கிடைத்தது.

இது, டூவெர்னேயின் ஆளுமைக்குக் கிடைத்த வெற்றி. எதையும் தைரியமாக முன்னெடுத்துச்செல்லும் குணம் டூவெர்னேக்கு இயல்பிலேயே அமைந்திருந்தது. அதற்குக் காரணம், தன்னைச்சுற்றி நிறைந்திருந்த பெண்கள்தான் என்கிறார். இதனாலேயே இவருடைய படங்களில் வரும் பெண்கள் குறிப்பாக, கறுப்பினப் பெண்கள் மிகுந்த மனஉறுதியுடையவர்களாக இருக்கிறார்கள்.

தன்னுடைய முப்பதாவது வயதில் முதல் படத்தை இயக்குகிறார் டூவெர்னே. பகலில் விளம்பர நிறுவனத்தைப் பொறுப்பேற்கும் வேலை செய்துகொண்டிருந்த டூவெர்னேக்கு இரவு நேரங்கள் மட்டும்தான் கற்பனையை எழுதிப்பார்க்கிற சமயங்களாக வாய்த்தன. கதைகள் எழுதுவார், அதை படித்துப் பார்ப்பார், பைத்தியக்காரத்தனமாக இருக்கிறது என கிழித்துப் போட்டுவிடுவார்.

மீண்டும் எழுதுவார், படிப்பார், கிழிப்பார்... இதைத்தான் சில வருடங்களாகவே செய்துகொண்டிருந்தார். இப்படியே போய்க்கொண்டிருந்தால் எப்போது இயக்குநராவது என்ற எண்ணம் ஏற்பட்டது. அதனால், சிறிதுநாட்கள் கதை, திரைக்கதைகள் எல்லாவற்றையும் ஓரம்கட்டிவிட்டு ஆவணப்படங்கள் பக்கம் கவனத்தைத் திருப்பினார். ஆவணப்படங்கள் எடுக்கிறபோது இயக்குவது, மற்றவர்களிடம் வேலைவாங்குவது போன்றவற்றை அவரால் சுலபமாக கைக்கொள்ள முடிந்தது.

ஒருநாள், அவருடைய வாழ்க்கையில் நடந்த சம்பவங்களை அசை போட்டுக் கொண்டிருந்தபோது சிறு பொறி தட்டியது. அதைக் கதையாக எழுதினார். இதை திரைப்படமாக மாற்றமுடியும் என்ற நம்பிக்கை வந்தது. உடனே அதைச் செயல்படுத்தினார். படத்துக்கு *I Will Follow* என்று பெயரிட்டார்.

உடல்நலமற்ற அத்தையைப் பராமரிப்பதற்காக தன்னுடைய வேலைகளையெல்லாம் ஒதுக்கிவைத்து அத்தையுடன் சிலநாட்களை செலவழித்திருந்தார் டூவெர்னே. அந்த நேரம் அவருக்கிருந்த மனவெழுச்சியும் வாழ்க்கையைப்பற்றிய புரிதல்களுமே *'I will follow'* திரைப்படமானது.

மொத்தமே பதினைந்து நாட்களில் படப்பிடிப்பை முடித்துக்கொண்டார். இதற்குப் பின்புலமாக, அவருடைய பல வருட திட்டமிடல் பயிற்சி கைகொடுத்திருந்தது. சொந்தத் தயாரிப்புதான். மொத்தமே படத்துக்கு ஐம்பதாயிரம் டாலர்கள்தான் செலவு செய்தார். விமர்சன அளவில் வெற்றி கண்டது படம். அதோடு, சில திரைப்பட விழாக்களிலும் பங்குகொண்டது.

I Will Follow திரைப்படம் கொடுத்த நம்பிக்கை, உடனேயே அடுத்த படத்தை ஆரம்பிக்க அவரைத் தூண்டியது. ஏற்கனவே, பத்திரிகையாளராகப் பணி செய்துள்ள அனுபவம் இருந்ததால் இந்தமுறை, அவர் சில களஆய்வுகளை மேற்கொண்டார். டூவெர்னேயின் ஊரான காம்ப்ட்டன் எனுமிடத்தில் சிறைக்குச் சென்ற மனிதர்கள் அதிகமிருந்தனர். அவர்கள் கறுப்பின மக்களாகவும் இருந்த காரணத்தால் அவர்களின் குடும்பங்கள் பலவகையிலும் துன்பப்பட்டன. குறிப்பாக, அந்தக் குடும்பத்தின் பெண்கள். இதைக் கதைக்கருவாக எடுத்துக்கொண்டார் டூவெர்னே. இதற்காக, பல பெண்களை பேட்டி கண்டார். இதனடிப்படையில் இவர் எழுதிய திரைக்கதை

Middle Of Nowhere' என்ற திரைப்படமானது.

இந்தப்படம் பரவலான கவனத்தை இவருக்கு பெற்றுத் தந்ததோடு பல விருதுகளும் தேடி வந்தன. தான் வாழ்ந்த ஊர்குறித்து வெளிமக்களின் பார்வையை நேர்மறையாக மாற்றியதுதான் தனக்குக் கிடைத்த மிகப்பெரிய விருது என்று சொன்னார்.

இந்தப் படத்தை முடிக்க அவர் எடுத்துக்கொண்டது பத்தொன்பது நாட்கள் மட்டுமே. இதுவும் சொந்தப்படம்தான். இதற்கடுத்து, இவருக்குக் கிடைத்த வாய்ப்பு பெரியதாக அமைந்தது. புகழ்பெற்ற தொலைக்காட்சி நிகழ்ச்சித் தொகுப்பாளரான ஓபரா வின்ஃபிரே தன்னுடைய தயாரிப்பு நிறுவனத்தில் ஒரு படம் எடுத்துத் தரும்படி கேட்டுக்கொண்டார். வின்ஃப்ரேயின் நிறுவனம் அதற்காக இருபது மில்லியன் டாலர்களை ஒதுக்குவதாக உறுதியளித்தது. உற்சாகமான டூவெர்னே படத்தின் பெயரை உடனேயே அவர்களிடம் அறிவித்தார் *SELMA*.

'செல்மா' திரைப்படத்தின் கதை அவருக்கு மிக நெருக்கமானது. அவருக்கு மட்டுமல்ல, கறுப்பின மக்களுக்கே மிகவும் அன்னியோன்யமானது. செல்மா என்பது ஹேனிவில்லிலிருந்து அலபாமா செல்லும்வழியில் உள்ள ஒரு ஊர். இந்த ஊர், சரித்திர முக்கியத்துவம் பெற்றதற்கான காரணத்தைத்தான் தனது படத்துக்கான ஆதாரமாக எடுத்துக்கொண்டார்.

கோடை விடுமுறைக் காலங்களில் டூவெர்னே, தனது அப்பாவின் ஊரான அலபாமாவுக்குச் செல்வது வழக்கம். அந்த நேரங்களில், அவருடைய அப்பா சொன்ன சம்பவம்தான் 'செல்மா'வின் கதை. அமெரிக்காவின் மிக மோசமான பக்கமான கறுப்பினப் பாகுபாடு உச்சத்திலிருந்த சமயம். இதைக் களையவேண்டுமானால் கறுப்பின மக்களுக்கு அமெரிக்க அரசியலமைப்புச் சட்டத்தில் சொல்லியிருந்தபடி வாக்களிக்கும் உரிமையைப் பெற்றாகவேண்டும் என்ற எண்ணம் வலுப்பெறத் தொடங்கியிருந்தது. இதற்காக, மார்ட்டின் லூதர்கிங் ஜூனியர் தலைமையில் செல்மாவில் அமெரிக்க மக்கள் ஒன்று திரண்ட நிகழ்வைத்தான் டூவெர்னேயின் அப்பா அவருக்குக் கதையாக அடிக்கடி சொல்வார். அந்தச் சம்பவங்கள் நடந்தபோது, டூவெர்னேயின் அப்பா சிறுவனாக இருந்தார். அவர் அந்த சரித்திர நிகழ்வுகளையெல்லாம் நேரில் பார்த்த ஒரு சாட்சி.

அலபாமா ஆற்றுப்பாலம் இன்றும் அந்த நேரங்களில் நடந்த ஊர்வலங்களுக்கு அத்தாட்சியாக இருக்கிறது. பாலத்தைக் கடக்கும்போதெல்லாம் டூவெர்னேக்கு இந்தச் சம்பவத்தைப் பதிவு செய்யவேண்டும் என்று தோன்றும். ஆனால், 1960களில் நடக்கிற கதை என்பதால் அதிக செலவாகும் என்ற காரணத்தால் வாய்ப்புக்காகக் காத்திருந்தார். அதனால்தான் இருபது மில்லியன் டாலர் செலவில் ஒரு படம் என்று ஓபரா வின்ஃபிரே சொன்னதும் சட்டென்று 'செல்மா' எனப் படத்தின் பெயரை அறிவித்தார் டூவெர்னே.

இந்தப் படம்தான் இன்றுவரை டூவெர்னேக்கு மைல்கல்லாக விளங்குகிறது. 'செல்மா இயக்குநர் ஈவ டூவெர்னே' என்று சர்வதேசளவில் அனைவராலும் அடையாளப்படுத்தப்படுகிறார் டூவெர்னே. முதன்முதலில் கறுப்பினப் பெண் இயக்கி ஆஸ்கருக்காக பரிந்துரைக்கப்பட்ட திரைப்படம் என்ற பெருமையும் பெற்றுத்தந்தது. 'கோல்டன் குளோப்' விருதும் கிடைத்தது.

மார்டின் லூதர்கிங்குக்கு 1964ஆம் வருடம் நோபல் பரிசு கிடைக்கிறது. அதற்கான விழாவுக்கு அவர் தயாராவதில் படம் தொடங்குகிறது. உயரிய விருது கிடைத்தபிறகும்கூட சொந்தத் தேசத்தினரால் அவர் கொண்டாடப்படவில்லை. அப்போதைய அமெரிக்க ஜனாதிபதியிடம் பேசுவதற்கே நாட்கணக்கில் கிங் காத்திருக்க வேண்டியிருந்தது என்பதான அரசியல் பின்புலத்தோடு படம் நகர்கிறது.

கறுப்பின மக்கள் எங்கும் பாதுகாப்பற்ற நிலையில் வாழ்கிறார்கள், சொந்த நாட்டில் அன்னியப்படுத்தப்படுகிறார்கள் என்பதற்கான காட்சிகளில் இரண்டு முக்கியமானவை.

ஒன்று, கறுப்பின மக்களுக்கு தீராத வடுவை ஏற்படுத்திக்கொடுத்த பிர்மிங்காம் தேவாலய குண்டுவெடிப்பு சம்பவம். அந்தச் சம்பவத்தில் பத்து வயதிற்குட்பட்ட நான்கு குழந்தைகள் கொல்லப்படுகின்றனர். அதை டூவெர்னே பதிவு செய்திருந்தவிதம் அசாதாரணமானது. நான்கு பெண் பிள்ளைகள் தேவாலய நிகழ்ச்சி ஒன்றுக்காக அழகான உடைகள் அணிந்து மாடிப்படிகளில் பேசிக்கொண்டே இறங்கிவருகிறார்கள். எதைப்பற்றிய கவலையும் இல்லாத குழந்தைகளின் உற்சாகப் பேச்சு அது. அவர்களின் உரையாடலை முறித்து வெடிக்கிறது வெடிகுண்டு.

இதை காட்சிப்படுத்திய விதம்தான் டூவெர்னையை சிறப்பாக்குகிறது.

“இதுவரை பல படங்களில் வெடிகுண்டு சம்பவங்களைப் பார்த்திருக்கிறோம். அவை எல்லாமே ஆண்களின் பார்வையில் எடுக்கப்பட்டவை. வெடிகுண்டு வெடிப்பதும், உடல்கள் சிதறுவதும், கட்டடங்கள் இடிபடுவதும் வழக்கமான காட்சிகள். நான் அந்தக் குழந்தைகளின் குரல்களைக் கேட்க விரும்பினேன். அவர்கள் சாதாரணமானவர்கள். ஒரு நிகழ்வுக்காகத் தயாராக இருக்கும்போது மகிழ்ச்சியான மனநிலையில் இருந்திருப்பார்கள். அதை, ஒரு பெண்ணின் பார்வையில் சொல்லியிருக்கிறேன்” என்கிறார் டூவெர்னே.

இரண்டாவதாக, அவர் தன்னை ஒரு திரைக்கதையாசிரியராகவும், இயக்குநராகவும் நிரூபித்த காட்சி. லீ கூப்பர் என்ற ஒரு வயதான கறுப்பினப் பெண் ஓட்டுப்போடும் உரிமைக்காக அரசை அணுகுகிறாள். அதற்கான அலுவலர் அவரிடம் சில கேள்விகளை கேட்கத் தொடங்குகிறார்.

“அமெரிக்க அரசியலமைப்புச் சட்டம் என்ன சொல்கிறது தெரியுமா? அப்படி என்றால் என்னவென்றாவது தெரியுமா?”

லீ கூப்பர் உறுதியான குரலில், அரசியலமைப்பு வரிகளை அர்த்தம் உணர்ந்து சொல்கிறார்.

அதற்கு ஒரு ஏளனச் சிரிப்பை உதிர்க்கிறார் அலுவலர்.

அடுத்த கேள்வி அவரிடத்தில் இருந்து வருகிறது.

“அலபாமாவில் மொத்தம் எத்தனை மாவட்ட நீதிபதிகள் உள்ளனர்?”

நிதானமாகப் பதில் சொல்கிறார் லீ கூப்பர் - அறுபத்தி ஏழு.

அலுவலர் ஒரு வஞ்சகப் புன்னகையுடன் கேட்கிறான். “அவர்களின் பெயர்களைச் சொல்லு.”

திகைத்துப் போய்விடுகிறார் லீ கூப்பர். அடிபட்ட மனதோடு ஒன்றும் சொல்லாமல் நிற்கிறார்.

அவரின் மனுவில் “நிராகரிக்கப்பட்டது” என்று வெற்றிப் புன்னைகையுடன் முத்திரை குத்துகிறான் அலுவலர்.

பெருந்தவிப்போடு அடக்கிவைத்த உணர்ச்சிகளோடு அங்கிருந்து

வெளியேறுகிறார் லீ கூப்பர். லீ கூப்பர் கதாபாத்திரத்தில் ஓபரா வின்ஃபிரே நடித்திருந்தார்.

அதேபோல், கலவரத்தில் பேரனை இறக்கக்கொடுத்த வயதானவர் கிங்கிடம் மருத்துவமனையில் பேசும் காட்சியும் நெகிழவைக்கக்கூடியது. இந்தக் கதாபாத்திரங்கள் எல்லோருமே அந்தக் காலகட்டத்தின் உண்மையான உயிர் சாட்சிகள்.

'செல்மா' திரைப்படத்தைப் பொறுத்தவரை, பல சவால்கள் டூவெர்னேக்கு இருந்தன. முதலில் சம்பவம் நடந்த காலகட்டமான அறுபதுகளில் இருந்த செல்மா நகரத்தைக் காட்டவேண்டும், இரண்டாவது படத்தின் பெரும்பாலான காட்சிகளில் ஏராளமான நடிகர்களைக் கையாள வேண்டும். குறைந்தது ஐநூறுபேர் இல்லாமல் இந்தப் படத்தில் வருகிற ஊர்வலக் காட்சிகளைப் படம்பிடிக்க முடியாது.

'ரத்த ஞாயிறு' என்று அமெரிக்க வரலாற்றில் குறிப்பிடப்படுகிற சம்பவம் அலபாமா ஆற்றுப்பாலத்தில்தான் நடந்தேறியது. அமைதிவழியில் நடத்தப்பட்ட அந்த ஊர்வலத்தை காவல்துறையினர் எப்படி வன்முறைக் களமாக்கினர் என்பதை தனித்துவமாகப் பதிவு செய்திருந்தார் டூவெர்னே.

அரசியல் பின்புலம்கொண்ட கதை என்பதால் உள்ளதை உள்ளபடியே சொல்வதில் நிறைய சிக்கல்கள் இருந்தன. ஆனாலும், தான் நினைத்ததைப் போன்ற படத்தை எடுத்துமுடித்தார். 'வரலாற்றை திரைப்படத்துக்காக டூவெர்னே மாற்றியுள்ளார்' என்று சில விமர்சகர்கள் குற்றம்சாட்டினார்கள். செல்மா இதற்கெல்லாம் அலட்டிக் கொள்ளவில்லை.

"நான் வரலாற்று ஆய்வாளர் அல்ல. இது ஆவணப்படமும் அல்ல. நான் ஒரு கதைசொல்லி. நான் எடுத்தது திரைப்படம்" என்று அமைதியாக குற்றச்சாட்டை எதிர்கொண்டார்.

ஒரு பெண்ணாக, அதுவும் கறுப்பினத்தைச் சேர்ந்தவளாக இந்தத் துறையில் டூவெர்னே கடும் போராட்டங்களைச் சந்திக்கவேண்டியிருந்தது. "கறுப்பின மக்கள் சொல்வதற்கு ஏராளமான கதைகள் இருக்கின்றன. அவர்களுக்கான கதவுகள் திறக்கும்போது அதை அவர்கள் வெளிப்படுத்திக்கொண்டேதான் இருப்பார்கள். அவை, யதார்த்தமான வலிகள்" இப்படி டூவெர்னே

சொல்வதின்மூலம்தான் திரைப்படத்துறைக்கு வந்ததன் காரணத்தையும் சொல்லிவிடுகிறார்.

தற்போது '*A Wrinkle in Time*' என்கிற திரைப்படத்தை இயக்கி வருகிறார். டிஸ்னி நிறுவனம் மிகுந்த பொருட்செலவில் தயாரிக்கிற இந்தப் படம் பதிமூன்று வயது பெண்குழந்தையை மையமிட்டது. முதன்முதலாக விஞ்ஞான கற்பனைக்கதையை இயக்குவதற்கு டூவேர்னே தேர்ந்தெடுக்கப்பட்டிருக்கிறார். இதோடு அமெரிக்க தொலைகாட்சிகளில் தொடர்களையும், அமெரிக்க சட்டத்தைப் பற்றிய ஆவணப்படங்களையும் எடுத்து வருகிறார்.

நெட்ஃப்ளிக்ஸ் ஓடிடி தளத்துக்காக இவர் எழுதி இயக்கிய *When They See Us* தொடர் பரவலான கவனத்தைப் பெற்றது.

டூவர்னே இயக்கிய ஒரு ஆவணப்படத்தைக் குறிப்பிட்டாக வேண்டும். *13th* என்பது ஆவணப்படத்தின் பெயர். 13 என்பது அமெரிக்க சட்ட வரைவின் பதிமூன்றாவது எண்ணைக் குறிக்கிறது. ஆபிரஹாம் லிங்கன் இந்தச் சட்டத்தில் மாற்றத்தைக் கொண்டு வந்தார். கறுப்பின மக்களுக்கான சம உரிமையைக் கோரும் சட்டம் இது. எல்லாவகையிலும் அவர்களுக்கு ஆதரவு தருகிற இந்தச் சட்டத்தில் ஒரு நியாயமான வார்த்தையை அநியாயமாக பயன்படுத்தத் தொடங்கினார். யாராக இருந்தாலும் குற்றம் செய்பவர்களை பாகுபாடின்றி சிறையில் அடைக்கலாம் என்கிற அந்த வார்த்தை மட்டும் அடுத்தடுத்து வந்த ஜனாதிபதிகள் எடுத்துக் கொண்டனர். கறுப்பின மக்கள்செய்த மிகச் சிறிய அளவிலான குற்றங்களுக்கு பெரிய தண்டனைகள் வழங்கப்பட்டன.

நாளடைவில் சிறைகள் கருப்பினத்தவர்களால் நிரப்பப்பட்டது. வருடக்கணக்கில் எதற்காக பிடிபட்டோம் என்பது கூடத் தெரியாமல் சிறையில் அடைபட்டுக் கிடந்தனர். இதனை புள்ளி விவரங்களோடு, நம்பகமான நேர்காணல்களோடு ஆவணப்படமாக இயக்கினார் டூவர்னே. சிறைக்கூடங்கள் பெருகுகிறபோது அதில் நடைபெறுகிற ஊழல்களையும் வெளிக்கொண்டு வந்தார். இதற்காக அவர் மிகுந்த சிரமத்தை எதிர்கொண்டார். அமெரிக்க வரலாற்றில் மிக முக்கியத்துவம் வாய்ந்த ஆவணப்படமாக கருதப்படுகிறது *13th*.

ஈவ டூவர்னே இயக்கியுள்ள மற்றொரு படம் *Origin*. இஸபெல் வில்கெர்சன் எழுத்தாளர். மனிதர்களை நிறத்தாலும், சாதியினாலும், இனத்தாலும் அடிமையாக பிரித்து வைப்பதைக் குறித்த சமகால

பார்வையோடு ஆய்வு செய்ய வேண்டும் என்பது அவருடைய நோக்கமாக இருந்தது. அதற்காக அவர் ஜெர்மனி, இந்தியா மற்றும் அமெரிக்காவின் பல பகுதிகளுக்கும் பயணம் செய்கிறார். மாதக்கணக்காக அங்கு கள ஆய்வு செய்கிறார். இந்தியாவின் ஜாதிப் பிரிவுகளை பற்றி புரிந்து கொள்ள இங்கு வருகை தந்திருந்தார். இவற்றையெல்லாம் தொகுத்து *Caste : The Origin of our Discontents* என்ற பெயரில் புத்தகமாக எழுதினார். முன்னாள் அமெரிக்க ஜனாதிபதி பாரக் ஒபாமா 2020 ஆண்டு தனது தேர்தல் பிரசாரங்களில் இந்தப் புத்தகத்தினை முன்வைத்துப் பேசினார். அதன்பிறகு மிகப்பரவலான கவனத்தைப் பெற்றது இந்தப் புத்தகம்.

புத்தகத்திற்கான களஆய்வில் ஈடுபட்டிருந்தபோது இசபெல்லின் கணவரும், அம்மாவும் இறந்து போகிறார்கள். சொந்த வாழ்க்கையின் இழப்புகளை செரித்துக் கொண்டு புத்தகத்தினை எழுதி முடித்தார் இஸபெல். இதெல்லாம் , டூவர்னேவைக் கவர இஸபெல் பற்றியும், இந்தப் புத்தகத்துக்காக அவர் மேற்கொண்ட கள ஆய்வினை முன்வைத்தும் *Origin* படத்தினை எடுத்தார். இந்தப் படமும் ஏவ டூவர்னேயின் ஆளுமையைச் சொல்லும் விதமாக அமைந்திருக்கிறது.

இவருடைய படைப்புகள் அனைத்திலுமே ஒரு ஒற்றுமையைப் பார்க்க முடிகிறது. ஒவ்வொரு மனிதருக்குள்ளும் போராட்டக்களம் ஒன்று விரிந்து கிடக்கிறது. அதில் தனக்குத்தானே மனிதன் யுத்தம் செய்து கொண்டிருக்கிறான். உணர்ச்சிகளுக்கிடையேயான யுத்தத்தில் அவன் எடுக்கிற தீர்மானங்கள்தான் அவனை வழிநடத்துகின்றன. அதுவே, அவன் வாழ்க்கையாகிறது. இதைத்தான் தனது கதாபாத்திரங்கள்மூலம் சொல்ல விழைகிறார் டூவெர்னே. இப்படி 'தன்னையறிய முயற்சிப்பது' என்பதுதான் டூவெர்னே படங்களின் அடிநாதமாக இருக்கிறது.

ஈவ டூவெர்னே இயக்கித் திரைப்படங்கள்

1. *I will follow (2010)*
2. *Middle of Nowhere (2012)*
3. *Selma (2014)*
4. *A Wrinkle in Time (2018)*
5. *Orign (2023)*

5. எசிம் உஸ்டாக்லு

எத்தகைய துயர நிகழ்வையும் பெருமூச்சோடு மட்டும் கடந்து செல்பவர்கள் மத்தியில்தான், சிலரின் குரல்கள் உரக்க ஒலிக்க வேண்டியதாயிருக்கின்றன. அதுவே, அந்தக் குரல்களுக்கு வலுச் சேர்த்துவிடுகிறது. எசிம் உஸ்டாக்லுவின் திரைப்படப் படைப்புகள் அவர் சார்ந்த சமூகத்தின் குரல் மட்டுமல்ல, அனைவருக்குமானது.

துருக்கிய திரைப்படங்களுக்கு எப்போதுமே உலக அரங்கில் வரவேற்பு அதிகம். இந்த வரவேற்புக்கான எதிர்பார்ப்பைக் கூட்டியவர்களில் எசிம் உஸ்டாக்லு தவிர்க்கமுடியாதவர். துருக்கிய நாட்டின் நிலவரம் அறிந்திருப்பவர்கள் மட்டுமல்லாமல்

எசிமினுடைய படங்களைப் பார்க்கும் அனைவராலும் அவர் விமர்சிக்கிற அரசியலையும், கையாள்கிற மனித உணர்வுகளையும் உள்வாங்கிக் கொள்ள முடியும். தான் வாழ்கிற சமூகத்தின்மேல் கொண்ட அக்கறையும் பெருங்கோபமுமே அவரின் திரைப்படங்களில் முன்வைக்கப்படுகின்றன.

படிப்பில் மிகுந்த ஆர்வம்கொண்ட எசிம் கட்டட வடிவமைப்பாளராக வரவேண்டும் என்ற நோக்கம் கொண்டிருந்தார். பத்து ஆண்டுகள் கட்டட வடிவமைப்பாளராக வேலை செய்தார். நல்ல சம்பளம், வசதியான வாழ்க்கை என்று சீராகப் போய்க்கொண்டிருந்தாலும் ஒரு சலிப்பான மனநிலையை தொடர்ந்து அனுபவித்து வந்திருந்தார். பணி காரணமாக துருக்கியின் பல பகுதிகளுக்கும் அவர் பயணம் மேற்கொள்ள வேண்டியிருந்தது. இந்தப் பயணங்கள் அவருக்குத் தன்னுடைய நாடுகுறித்த பரந்த பார்வையைத் தந்தது. குறிப்பாக, இனரீதியாக துருக்கி பிளவுபட்டுக் கிடப்பதும் அதற்கு அரசியல்ரீதியான தீர்வு எட்டப்படாமல் இருப்பதும் அவரை உறுத்திக்கொண்டே இருந்திருக்கிறது. ஆனால் ஒரு தனிமனுஷியாக இதை உரத்துப் பேசமுடியாத நிலை. தன்னால் இவற்றுக்கு தீர்வு காண முடியாது என்பதை உணர்ந்திருந்தார். அதேசமயம் ‘இப்படிப்பட்ட நிலை எங்கள் தேசத்தில் உள்ளது’ என்பதை வெளிக்கொண்டு வரவேண்டும் என்றும் நினைத்தார்.

இதற்காகவே தன்னுடைய வேலையை முதலில் ராஜினாமா செய்தார். அரசியலுக்குள் ஈடுபடுத்திக் கொள்ளலாமா? என்ற எண்ணம் வந்து உடனேயே மறைந்தும்போனது. பத்திரிகையாளராகலாம் என்று முடிவெடுத்தார். ஆனால் அதிலும்கூட தான் நினைத்தபடி செயல்படமுடியாது என்பதை விரைவில் புரிந்துகொண்டார். அப்போதுதான் திரைப்படம் எடுக்கலாம் என்ற எண்ணம் வந்தது. மக்களின் பிரச்னையை பல்வேறு கோணங்களில் எடுத்துக்காட்ட திரைப்பட ஊடகம் கைகொடுக்கும் என்பதை நம்பினார். நம்பியதை அவரால் செயல்படுத்தவும் முடிந்தது.

1994ஆம் ஆண்டு *The Trace* என்ற படத்தை இயக்கினார். அதன்பின், அவர் எடுத்த குறும்படங்கள் சர்வதேச அங்கீகாரங்களைத் தொடர்ந்து பெற்றன. முதல் திரைப்படத்துக்குப் பின்பாக ஐந்து

வருடங்கள் கடந்து இவர் எடுத்த *Journey to the Sun* என்ற திரைப்படம்தான் உலக அரங்கில் இவரின் தைரியத்தையும் திறமையையும் எடுத்துக் காட்டியது.

துருக்கிய நாட்டின் அரசியல் வரலாற்றை சிறிது அறிமுகப்படுத்திக் கொண்டால் இவருடைய படங்களை நம்மால் அதன்போக்கில் இன்னும் நெருக்கமாக உள்வாங்கிக்கொள்ள முடியும்.

முதலாம் உலகப் போர் முடிவடைந்த சமயம். துருக்கிய அரசு புதிய கொள்கையை முன்வைத்தது. துருக்கிய குடியரசு என்பது ஒரே இனத்தவர்களைக் கொண்டு உருவாக்கப்படும் ஒரே தேசமாக வேண்டும் என்பது அதன் கொள்கை. ஒரே தேசம், ஒரே இனம் என்பதாக மக்களை மூளைச்சலவை செய்தது அரசு. இதில் அதிகம் பாதிக்கப்பட்டது குர்து இன மக்கள். மலைவாழ் துருக்கியர்கள் என்று அழைக்கப்பட்ட பழங்குடி இனத்தைச் சேர்ந்த இவர்கள் துருக்கியின் வடகிழக்கு மண்ணின் மைந்தர்கள்.

இவர்களுக்கென்று தனி மொழி, கலாசாரம் இருக்கிற காரணத்தினாலேயே துருக்கிய அரசு இவர்களின் உரிமைகளைப் புறந்தள்ளியது. இதையெதிர்த்து அவர்கள் போராடத் தொடங்கினர். இனவாதத்தை முன்வைத்து துருக்கியின் மற்றப் பகுதி மக்களை இவர்களுக்கெதிராக அரசு திருப்பியது. இதைப்பற்றி துருக்கிய பத்திரிகைகளே பார்த்து பதமாகத்தான் செய்திகள் வெளியிடும். இப்படி இருக்கையில், குர்து இனத்தவரின் பிரச்னையை முன்வைத்து '*Journey to the sun*' படத்தை இயக்கினார் எசிம். துருக்கியில் ஒரு தைரியசாலியாவது இருக்கிறாரே என்று படத்தைப் பார்த்த பல வெளிநாட்டு விமர்சகர்கள் எசிமைப் பாராட்டினார்கள்.

இந்தப் படத்தின் கதை உண்மைச் சம்பவத்தை அடிப்படையாகக் கொண்டது.

மஹ்மூத் என்ற இளைஞன் பேருந்தில் பயணம் செய்கிறபோது அந்தப் பேருந்து காவல்துறையினரால் சோதனையிடப்படுகிறது. அந்தச் சோதனையில் மஹ்மூதின் அருகில் உள்ள இருக்கையில் இருந்து பை ஒன்று கைப்பற்றப்படுகிறது. அதில் ஒரு துப்பாக்கி இருக்கிறது. காவலர்கள் உடனே மஹ்மூதைக் கைது செய்கிறார்கள். குர்து இனத்தவன் அல்லாத மஹ்மூதுவை குர்து இனத்தைச் சேர்ந்த தீவிரவாதி என்று தீர்மானிக்கிறார்கள். அவன் குர்து

இனத்தவன்தான் என்பதற்காக காவல்துறை சொல்லும் காரணங்களுள் ஒன்று அவன் மாநிறமாக இருப்பது. ஒரு வார காலம் அவனை விசாரணை என்ற பெயரில் சித்திரவதை செய்து பிறகு அவனை விடுதலை செய்கிறது காவல்துறை . ஆனால் அவன் தங்கியிருக்கும் அறையின் வாசலில் சிவப்பு மையினால் அடையாளம் இடுகிறார்கள். இதற்கு அர்த்தம் அந்த வீட்டினர் அரசின் கண்காணிப்புக்கு உள்ளானவர்கள் என்பது. இதனால் அறையில் தங்கியிருந்த மற்றவர்களால் மஹ்முத் அங்கிருந்து துரத்தப்படுகிறான். அடுத்ததாக அவனுடைய வேலையும் பறிபோகிறது.

மஹ்மூதுக்கு பெர்சன் என்ற குர்து இனத்தைச் சேர்ந்த நண்பன் ஒருவன் இருக்கிறான். பெர்சனின் ஆசையெல்லாம் அவனுடைய கிராமத்துக்கு திரும்பிப்போய் தன் காதலியைச் சந்திக்க வேண்டும் என்பதாக இருக்கிறது. கூடவே, எப்போதும் காதலியின் புகைப்படத்தையும் வைத்திருக்கிறான். பெர்சனையும் காவல் துறையினர் 'தீவிரவாதி' முத்திரை குத்தி சிறையில் அடைக்கிறார்கள். சிறையில் ஏற்பட்ட ஒரு கலவரத்தில் பெர்சன் கொல்லப்படுகிறான். பெர்சனின் சடலத்தை யாரும் பெற்றுக்கொள்ளாத நிலையில் மஹ்மூத் அவன் உடலை வாங்கிக் கொள்கிறான்.

பெர்சன் போக விரும்பிய அவனுடைய கிராமத்துக்கு அவனுடைய உயிரற்ற உடலோடு மஹ்மூத் பயணம் மேற்கொள்கிறான். ஒரு ட்ரக்கில் பல்வேறு இன்னல்களுக்கு உள்ளாகி ஒருவழியாக பெர்சனின் கிராமத்தை அடைகிறான். அங்கு அவனுக்கு மீளமுடியாத அதிர்ச்சி காத்திருக்கிறது. குர்தி இனத்தவர் வசிக்கும் பெர்சனின் கிராமம் நீருக்கடியில் மூழ்கியிருக்கிறது. திட்டமிட்டே ஊர் மூழ்கடிக்கப்பட்டிருக்கிறது என்பது தெரிந்ததும் என்ன செய்வதென்று தெரியாமல் நீரின் கரையில் சடலத்தோடு நிற்கிறான் மஹ்மூத். பெர்சனுடைய காதலியின் புகைப்படத்தை தண்ணிரில் மிதக்க விடுகிறான் மஹ்மூத்.

குர்தி இனத்தவர் அடக்குமுறைகளால் அல்லல்படுவதை படமாக எடுக்கும் துணிச்சல் துருக்கியில் அதற்குமுன்பு யாருக்கும் இருந்ததில்லை.

எசிம் இந்தப் படத்துக்கான திரைக்கதையை முடித்தவுடன் முன்தயாரிப்பு வேலைகள் அனைத்தையும் தனியொரு மனுஷியாக

முடித்தபின்னரே படப்பிடிப்புக் குழுவினரை அழைத்திருக்கிறார். எந்த ஆர்ப்பாட்டமுமில்லாமல் படப்பிடிப்பை முடித்தார் எசிம். துருக்கியில் தணிக்கைத் துறை இல்லை என்பதால் சர்வதேச திரைப்பட விழாக்களுக்கு படத்தை அனுப்பிவைக்கிறார். படம் பெரும் வரவேற்பைப் பெறுகிறது. பெர்லின் திரைப்பட விழாவில் விருது பெற்றது. மற்றொரு படமாக இருந்திருந்தால் துருக்கி அரசு இந்த கௌரவத்தைக் கொண்டாடியிருக்கும். ஆனால் தங்களை நோக்கிக் கேள்வி எழுப்புகிற ஒரு படைப்பை எப்படி அரசு ஏற்றுக்கொள்ளும். அதனால் படத்தை துருக்கியத் திரையரங்குகளில் திரையிட மறைமுக முட்டுக்கட்டைகள் போட்டது. ஒரு வருட காலம் போராடிப் பார்த்தார் எசிம்.

அந்த ஒரு வருடமும் தொடர்ந்து பல்வேறு விருதுகளை வெளிநாடுகளில் படம் குவித்ததும் வேறுவழியில்லாமல் திரையரங்குகளை அரசு திறந்துவைத்தது. ஆனால் பத்திரிகைகள் இந்தப் படம் குறித்து கண்டுகொள்ளவில்லை. மக்கள்தான் இந்தப் படத்தைப்பற்றி பேச ஆரம்பித்தனர். அதிலும் பல காலங்களாக குர்து இன மக்களுக்கு எதிராக அரசு மேற்கொள்ளும் அடக்குமுறையைப் பார்த்து சலித்துப்போன இளம்தலைமுறையினர் இந்தப் படத்தை வரவேற்றார்கள். இது எசிமுக்கு நம்பிக்கையைக் கொடுத்தது. துருக்கி குறித்த தவறான சித்தரிப்பை எசிம் உலகத்தின் பார்வைக்கு கொண்டு செல்கிறார் என்றெல்லாம் விமர்சனமும் கிளம்பியது. எசிம் கவலைப்படவில்லை.

அடுத்த படத்தை இயக்கினார். இதுவும் அரசியல் பின்னணிகொண்ட படம்தான்.

துருக்கிய அரசின் 'துருக்கிய குடியரசு' கொள்கையில் பாதிக்கப்பட்டவர்களாக நூற்றாண்டு காலமாக அங்கு வாழ்ந்த சிறுபான்மையினரான அர்மேனியர்களும் கிரேக்கர்களும் இருந்தனர். இதனால் துருக்கியில் வாழ்ந்த கிரேக்கர்களும், கிரீஸில் வாழ்ந்த துருக்கியர்களும் அவரவர் தேசத்துக்கு செல்லும்படியான உடன்படிக்கையை முதல் உலகப் போர் முடிந்ததும் இரு நாட்டு அரசும் ஏற்படுத்திக் கொண்டது. இதை மீறி துருக்கியில் வாழ நினைக்கும் கிரேக்கர்கள் தங்களது மதம், மொழி போன்ற அடையாளத்தை மறந்தும், மறுத்தும் துருக்கியர்களாக வாழவேண்டிய நிலைக்கு மாற்றப்பட்டார்கள். இப்படி தங்களின் அடையாளத்தை இழந்து வாழ்பவர்களை எசிம்

சந்திக்க நேரும்போதெல்லாம் அவரது மனம் பல கேள்விகளை எழுப்பியபடி இருந்தன. மனம் எழுப்பும் கேள்விகள் படைப்பு வடிவம் கொள்வதை எசிம் தவற விடவில்லை.

'Waiting for clouds' என்ற திரைப்படத்தை அவர் இயக்கினார். துருக்கிய சரித்திரத்தில் 'கிரேக்க - துருக்கிய இனப் பரிமாற்றம்' மிக சொற்பமான கவனத்தை மட்டுமே பெற்றிருக்கிறது. இதை முன்வைத்து ஒரு திரைப்படம் இயக்க வேண்டும் என்று நினைத்துக் கொண்டிருக்கும்போதுதான் 'தமன்னா' என்ற நாவல் எசிமுக்குக் கிடைக்கிறது. தன்னுடைய திரைப்படத்துக்கான கருவை அந்த நாவல் கொண்டிருந்ததால் அதையே திரைப்படமாக மாற்றினார் எசிம்.

துருக்கியின் ஒரு மலை கிராமத்தில் ஆயிஷா, செல்மா என்று இரு முதிய சகோதரிகள் வாழ்கிறார்கள். உடல்நலம் சரியில்லாத செல்மா ஒரு நாள் இறந்துபோகிறாள். யாருமற்ற ஆயிஷா மற்றவர்களுடன் பேசாமல் அமைதியாகிவிடுகிறாள். பழுப்பேறிய ஒரு புகைப்படத்தை அடிக்கடி எடுத்துப் பார்த்துக்கொண்டே இருக்கிறாள். அது அவளது குடும்பப் புகைப்படம் என்பது தெரிகிறது.

ஆயிஷாவின் அமைதிக்கான காரணம் தெரியவருகிறது. ஆயிஷா, செல்மாவின் குடும்பத்தால் எடுத்து வளர்க்கப்பட்டவள். கிரேக்க இனத்தவரான ஆயிஷாவின் குடும்பத்தில் அனைவரும் கொல்லப்பட பத்து வயதான ஆயிஷா மட்டும் தனது தம்பியுடன் கிரேக்க நாட்டை நோக்கி அகதியாக பயணம் மேற்கொள்கிறாள். பனி படர்ந்த பாதையில் மாதக்கணக்கில் நடக்கிறார்கள்.

ஒரு கட்டத்தில் ஆயிஷா ஓரடிகூட எடுத்துவைக்க முடியாமல் மயங்குகிறாள். அவளை பனி மூடுகிறது. தம்பி மற்ற அகதிகளுடன் சேர்ந்து கொள்கிறான். துருக்கி குடிமகனான செல்மாவின் அப்பா ஆயிஷாவைக் காப்பாற்றி தன்னுடைய குடும்பத்தில் பாதுகாப்புத் தருகிறார். தம்பி என்னவானான் என்பது ஆயிஷாவுக்குத் தெரியவில்லை. கிறித்தவ குடும்பத்தைச் சேர்ந்த ஆயிஷா தன்னுடைய பெயர், மதம், மொழி, பழக்கங்கள் எல்லாவற்றையும் மாற்றிக்கொண்டு ஆயிஷாவாக செல்மாவின் வீட்டில் வளருகிறாள்.

ஆனால் அவள் மனதுக்குள் தம்பியைத் தவறவிட்ட குற்றவுணர்வு உறுத்திக்கொண்டே இருக்கிறது. ஐம்பது வருடங்களாக

தன்னுடைய அடையாளத்தை மறந்து வாழ்ந்த ஆயிஷா, எடுத்து வளர்த்த குடும்பத்தினர் அனைவரையும் இழந்ததும் பால்யகால நினைவுகளால் அழுத்தப்படுகிறாள். மீண்டும் தன்னுடைய தம்பியின் நினைவு அவளை ஏங்க வைக்கிறது.

தன்னுடைய தம்பி கிரிஸ் நாட்டில் இருக்கிறான் என ஆயிஷாவுக்குத் தெரியவருகிறது. உற்சாகமாகும் ஆயிஷா துருக்கியில் இருந்து கிரீஸ் நாட்டை நோக்கி தனியாகப் பயணமாகிறாள். மிகுந்த சிரமத்துக்கிடையில் தம்பியின் வீட்டையும் கண்டுகொள்கிறாள்.

தம்பியைச் சந்தித்து. தன்னை அவனது மூத்த சகோதரி என்று அறிமுகம் செய்து கொள்கிறாள். அவர் தனக்கு மூத்த சகோதரி இருந்ததாக ஞாபகம் இல்லையென்று என்று அலட்சியமாகச் சொல்கிறான். நிலைகுலைந்து போகிறாள் ஆயிஷா. தம்பியின் வீட்டு வாசலிலேயே வெகுநேரமாக நிற்கிறாள். தம்பியின் மனைவி ஆயிஷாவை வீட்டின் உள்ளே அழைத்து தங்கவைக்கிறாள்.

மறுநாள் ஆயிஷாவிடம் தன்னுடைய குடும்ப புகைப்படங்களைக் காட்டுகிறார் தம்பி. குழந்தைகளுக்குப் பெயரிடுதல், மகன், மகள் திருமணம் போன்ற குடும்பத்தில் நடந்த ஒவ்வொரு விசேஷத்தின்போதும் எடுத்த புகைப்படங்களில் தன்னுடைய உறவுகளாக ஒவ்வொருவரையும் சொல்கிறார். தம்பியின் வாழ்க்கை மொத்தத்தையும் புகைப்படம் வழியே பார்ப்பதில் பேருவகை கொள்கிறாள் ஆயிஷா. எல்லா புகைப்படங்களையும் காட்டிவிட்டு, ‘இதில் என்னுடைய உறவினர்கள் அத்தனை பேரும் இருக்கிறார்கள், நீ இதில் எங்கு இருக்கிறாய்?’ எனக் கேட்கிறார் தம்பி. ஆயிஷா ஒன்றும் பேசாமல் தன்னிடம் இருந்த பழுப்புநிறப் புகைப்படத்தை எடுத்துக் காட்டுகிறாள். அதில் அவர்களது குடும்பம் மொத்தமும் இருக்கிறார்கள் ஆயிஷாவும் அவளது தம்பியும் உட்பட. தம்பியால் அதிர்ச்சியில் ஒன்றும் பேசமுடியாமல் போகிறது.

இந்தப் படமும் சர்வதேச அளவில் பாராட்டுகளைப் பெற்றது. ஆயிஷாவாக நடித்தவர் தவிர படத்தில் நடித்த அத்தனைபேரும் தொழில்முறை நடிகர்கள் அல்ல. ஒரு தலைமுறையே தங்களின் சுயத்தைத் தொலைத்து மரித்தும் போயிருக்கிறது. இதை உணர்வுபூர்வமாகச் சொல்கிறது இந்தத் திரைப்படம். இதில் வருகிற ஒரு காட்சி குறிப்பிடப்பட வேண்டியது.

ஆயிஷா தம்பியின் ஊருக்குச் சென்றதும் மறுநாள் ஒரு

தேவாலயத்துக்குள் செல்கிறாள். ஐம்பது வருடங்களாக அவள் மறந்திருந்த கடவுளும், மதமும், வழிபாடும் அவளை அலைக்கழிக்கின்றன. ஆனாலும் அமைதியாக அங்குள்ள ஒவ்வொன்றையும் கூர்ந்து பார்க்கிறாள். அங்கு வரையப்பட்ட ஓவியங்கள், பலிபீடம், சிலுவை என ஒவ்வொன்றும் அவள் ஆன்மாவால் ஸ்பரிசிக்கப்படுகிறது. இந்தக் காட்சி மூலமாக எசிம் பல தர்க்கங்களை நம்முன் வைக்கிறார்.

இந்த இரண்டு படங்களும் துருக்கிய திரைப்படங்களில் தவிர்க்கமுடியாத இடத்தைப் பெற்றிருக்கின்றன.

இதன்பிறகு அவர் *Pandora's Box, Somewhere in between* என இரண்டு படங்களை இயக்கியிருக்கிறார். இவையும் அரசியல் பேசும் படங்கள்தான்.

2016 ஆம் ஆண்டு *Clair Obscur* என்கிற திரைப்படத்தை எசிம் இயக்கி வெளியிட்டார். கலாசாரத்தில் விட்டுக் கொடுக்காதவர்கள் என்று தங்களைப் பற்றி நினைத்துக் கொண்டிருக்கும் துருக்கியர்கள் அசந்து போனார்கள். எசிம் எதையும் தைரியமாக முன்னெடுத்து சொல்பவர்தான் என்றாலும் இதில் அவர் கையாண்ட களம் துருக்கியத் திரைப்பட இயக்குனர்கள் தவிர்க்க நினைத்தது. நவீனமயமாக்கதிற்குள் வேகமாய் நுழைகிற துருக்கியில் பெண்களின் நிலைமை மட்டும் இன்னும் பேசப்படாமல் சிக்கலாக இருப்பது பற்றியே படமே '*Clair Obscur*'. மாமியார், கணவன் என்று அடைப்புக்குறிக்குள் வாழ்ந்து வருகிற ஒரு பெண்ணும், நவீனமயத்தின் அதனை கதவுகளையும் தன்னுடைய வாழ்க்கைக்குள் திறந்து வைத்திருகிற மற்றுமொரு பெண்ணுமே முக்கிய கதாபாத்திரங்கள். இருவருக்குள்ளும் தீர்க்கப்படாத, புரிந்து கொள்ளப்பட வேண்டிய பாலியல் இச்சைகளையே படம் பேசுபொருளாய்க் கொண்டிருக்கிறது. 'தனிமனித சுதந்திரம் என்பது பற்றி நாம் நமக்குள் மறுவிசாரணை செய்யவேண்டுமென நினைத்ததன் விளைவே இந்தப் படம்' என்கிறார் எசிம்.

எசிமின் மிகப்பெரிய பலமே, எந்தவொரு சிக்கலான பிரச்னையையும் மனித உணர்வுகள் மூலம் அவரால் காட்டிவிட முடிகிறது. அரசின் கொள்கை மேல் எசிமுக்கு உள்ள வெறுப்பைக் காட்டிலும், மனிதர்கள்மேல் கொண்ட அக்கறையின் வெளிப்பாடுகளாகவே இவரது படங்களாக அமைகின்றன.

'பழகுவதற்கும் பார்ப்பதற்கும் மென்மையானவராக இருக்கிறீர்கள், எப்படி இதுபோன்ற வலுவான திரைப்படங்கள் உங்களிடமிருந்து வெளிப்படுகின்றன' என்று ஒரு பத்திரிகையாளர் எசிமிடம் கேள்வி கேட்டிருந்தார். அதற்கு எசிம் சொன்ன பதில் 'நான் பெண்ணாக இருப்பதுகூட காரணமாக இருக்கலாம்'.

எசிம் உஸ்டாக்லு இயக்கியத் திரைப்படங்கள்

1. *The Trace (1994)*
2. *Journey to the Sun (1999)*
3. *Waiting for the Clouds (2003)*
4. *Pandora's Box (2008)*
5. *Araf Somewhere in between (2012)*
6. *Clair Obscur (2016)*

6. சோஃபியா கொப்பல்லோ

சோஃபியா கொப்போலாவுக்கு *(Sofia coppola)*கேமராவும் படப்பிடிப்பும் பிறக்கும்போதே பரிச்சயம். சோஃபியாவைப் பிரசவிப்பதற்காக அவர் அம்மா மருத்துவமனையில் அனுமதிக்கப்பட்டிருந்தார். குழந்தை பிறக்கும் நொடியைப் பதிவு செய்யவேண்டுமென பிரசவ அறையில் சோஃபியாவின் அப்பா காத்திருந்தார். 'வாழ்த்துகள், மகள் பிறந்திருக்கிறாள்' என்று மருத்துவர் சொன்னதும், அதிர்ச்சியில் கேமராவை நழுவ விட்டார் சோஃபியாவின் அப்பா. மகன் பிறக்கப்போகிறான் என்று நினைத்துக் கொண்டிருந்தவருக்கு, மகள் என்றதும் சந்தோஷத்தால் ஏற்பட்ட அதிர்ச்சி அது. சோஃபியாவின் அப்பாவான இயக்குநர் பிரான்சிஸ் போர்ட் கொப்போலோவின்

படப்பிடிப்பில் எதிர்பாராத அதிர்ச்சியை முதலில் ஏற்படுத்தியது சோஃபியாவாகத்தான் இருக்கும்.

சோஃபியா பின்னாட்களில் இயக்குநராவார் என்ற முதல் ஆரூடம் சொன்னது அப்பா பிரான்சிஸ் கொப்பல்லோதான். அதுவும் விளையாட்டாகத்தான் சொன்னார். ஒருமுறை, பிரான்சிஸ் கொப்பல்லோவும் அவரது மனைவியும் காரில் போய்க்கொண்டிருந்தபோது இருவருக்கும் இடையில் விவாதம் ஏற்பட்டு, வாக்குவாதமாக மாறி, கடைசியில் சண்டையில் போய் நின்றிருக்கிறது. காரின் பின் இருக்கையில் அமர்ந்திருந்த மூன்று வயது சோஃபியாவை இருவரும் மறந்தே போயிருந்தனர். இவர்களின் சண்டையைப் பார்த்துக்கொண்டே வந்த சோஃபியா ஒரு கட்டத்தில் தாங்க முடியாமல், 'கட்' என்று கத்தியிருக்கிறார். பிரான்சிஸுக்கு மனைவியுடனான சண்டை மறந்து குதூகலத்தோடு சொன்னார், 'இவள் பின்னாட்களில் திரைப்பட இயக்குநராவாள்'. அதை நிரூபிப்பதுபோலவே இருந்தது சோஃபியாவின் செய்கைகளும். பாடம் படிப்பதைக் காட்டிலும் கதைகள் எழுதுவதில்தான் சோஃபியாவுக்கு ஆர்வம் அதிகமிருந்தது.

சோஃபியாவுக்கு ஏழு வயதாகும்போது, பிரான்சிஸ் கொப்பல்லோ *'Apocalypse Now'* படப்பிடிப்பில் இருந்தார். மணிலாவில் வைத்து நடைபெற்ற அந்தப் படப்பிடிப்பு முழுக்கவே சோஃபியா அப்பாவுடனிருந்தார். உயரமான பனைமரங்களும், படத்துக்குப் பயன்படுத்தப்பட்ட ஹெலிகாப்டர்களும் அவரை அப்போது கவர்ந்திருந்தன. இதோடு சோஃபியாவின் குடும்பமே திரைப்படத்துறை சார்ந்ததாக இருந்தது. சோஃபியாவின் தாத்தா ஹாலிவுட்டில் இசையமைப்பாளராக இருந்தார். அத்தை ஒரு நடிகை. பிரபல நடிகர் நிகோலஸ் கேஜ் சோஃபியாவின் பெரியப்பா மகன்.

சோஃபியாவை தனது சில படங்களில் நடிக்கவும் வைத்தார் பிரான்சிஸ். ஆனால் கேமரா முன் நிற்பதை சோஃபியா எப்போதும் கூச்சத்துடனேயே எதிர்கொண்டார். அதனாலேயே அவரால் நடிப்பில் கவனம் செலுத்தமுடியாமல் போனது. அவருடைய விருப்பமெல்லாம் ஆடை வடிவமைப்பதிலும், கலை இயக்குநராக வேண்டும் என்பதிலேயே இருந்தது. சோஃபியாவை நடிக்க வைத்ததற்காக பிரான்சிஸ் கடுமையான விமர்சனத்துக்கு ஆளானார். ஆனாலும் அப்பா சொல்லைத் தட்டாத சோஃபியா,

அவர் நடிக்கக் கேட்கும்போதெல்லாம் மறுக்காமல் நடித்தும் வந்தார். அதற்கும் ஒரு முடிவு '*Godfather*' படத்தின் மூன்றாம் பாகம் முடியும்போது வந்தது. இந்தப் படத்தில் நடித்ததற்காக மோசமான நடிகை என்ற விருதுக்கு தேர்ந்தெடுக்கப்பட்டார். இது சோஃபியாவை கலக்கத்தில் ஆழ்த்தியது. ஒருபோதும் நடிகையாக விரும்பாத தனக்கு இது தேவைதான் என நினைத்துக் கொண்டார். இதை ஒரு வாய்ப்பாக முன்வைத்து அப்பாவிடம், தான் இனி நடிக்கப்போவதில்லை என்றும் இயக்குநராகப் போவதாகவும் சொன்னார். இதை ஓரளவு எதிர்பார்த்திருந்த பிரான்சிஸும் சம்மதம் கொடுத்தார்.

இயக்குநராக வேண்டும் என்று முடிவெடுத்துவிட்டாலும், அதற்கு எப்படித் தயாராவது என்பது சோஃபியாவுக்குத் தெரியவில்லை. சில நாட்கள் ஓவியங்கள் கற்றுக்கொள்ள கல்லூரிக்குச் சென்றுவந்தார். 'மாடலிங்' செய்தார். ஆடை அலங்காரக் கடை ஒன்றைத் திறந்தார். பிறகு, ஒரு மாடலிங் புகைப்பட நிபுணரின் உதவியாளராக வேலைக்குச் சேர்ந்தார். பிரான்சிஸ் இயக்கவிருக்கும் படங்களின் திரைக்கதை ஆலோசனையிலும் அவ்வப்போது பங்கு கொண்டார். திரைப்படக் கல்லூரிக்குச் சென்று திரைப்பட இயக்கம்பற்றி தெரிந்துகொள்ள அவருக்கு விருப்பம் இல்லை. அதனால் 'இனி தயங்க வேண்டாம்... படம் இயக்குவோம், அதன்மூலம் தெரிந்துகொள்வோம்' என்று முடிவு செய்து, ஒரு நாவலை திரைப்படமாக்கும் முயற்சியில் இறங்கினார். அந்தப் படத்தை பிரான்சிஸின் தயாரிப்பு நிறுவனமே தயாரிக்க முன்வந்தது.

*1993*ஆம் ஆண்டு அமெரிக்காவில் அதிகம் விற்பனையான '*Virgin Suicides*' நாவலை அதே பெயரில் படமாக எடுத்திருந்தார் சோஃபியா. அப்பா பிரான்சிஸுக்கு அமெரிக்காவில் இருந்த புகழ் சோஃபியா இயக்குகிறபோது அவர்மேல் எதிர்பார்ப்பை ஏற்படுத்தியிருந்தது. சிறு வயதிலிருந்தே அப்பாவின் பிரபலத்தைப் பார்த்துவந்த சோஃபியா, தான் படம் இயக்குகிறபோது தனித்துத் தெரியவேண்டும் என்பதில் உறுதியாக இருந்தார். தன்னுடைய படைப்புத்திறனை அப்பாவுடன் ஒப்பிட்டுவிடக்கூடாது என்பதிலும் தெளிவாக இருந்தார். அதனால் பதட்டமில்லாமல் ஒரு படத்தை அவரால் எடுக்க முடிந்தது. படமும் ஓரளவு நல்ல விமர்சனத்தைப் பெற்றுத்தந்தது.

2003ஆம் ஆண்டு சோஃபியா தனது இரண்டாவது படத்தை வெளியிடுகிறார். *'Lost in Translation'* என்ற இந்தப் படம்தான் சோஃபியாவுக்கு இன்றுவரை பெரும் அங்கீகாரத்தை பெற்றுத் தந்திருக்கிறது. வணிகரீதியாகவும் வெற்றிகண்ட படம் இது. சோஃபியாவுக்கு இருபது வயதாக இருக்கும்போது அடிக்கடி ஜப்பானுக்குச் செல்வார். டோக்கியோ எப்போதுமே அவருக்குப் பிடித்தமான நகரமாக இருந்திருக்கிறது. குறிப்பாக, அங்கு தெருவுக்குத் தெரு தொங்கவிடப்பட்டிருந்த நியான் விளக்குகள் அவரை வசீகரித்திருக்கின்றன. மொழி தெரியாமல் டோக்கியோவில் ஏற்பட்ட அனுபவங்களைத்தான் இந்தப் படத்தின் திரைக்கதையில் சேர்த்திருந்தார். தனது அனுபவங்களை முதலில் சிறுகதையாக எழுதிப் பார்த்தவர் அதற்கு திரைக்கதை வடிவம் கொடுத்தார். ஆனால் அந்த வடிவம் அவரின் முதல் படமான *'Virgin Suicides'* சாயலில் வந்திருந்தது அவருக்கு ஏமாற்றத்தைக் கொடுத்தது. அதனால் மீண்டும் முற்றிலும் புதிதான ஒரு திரைக்கதையை எழுதினர் சோஃபியா.

பாப் ஹாரிஸ் என்ற மத்திம வயதைக் கடந்த அமெரிக்க நடிகருக்கும், சார்லோட் என்ற இளவயதுப் பெண்ணுக்கும் ஏற்படுகிற நேசத்தைத்தான் படம் பேசுகிறது. பாப் ஹாரிஸ் ஒரு விளம்பரத்தில் நடிப்பதற்காக டோக்கியோ வருகிறார். ஒரு வார்த்தைகூட ஜப்பானிய மொழி தெரியாத அவர் படப்பிடிப்புத் தளத்தில் திணறுகிறார். அவர் தங்கியிருந்த விடுதியில் அமெரிக்க இளம்பெண்ணான சார்லட்டை சந்திக்கிறார். இருவரும் தொடர்ந்த சந்திப்புகளில், தங்கள் மனதைத் திறந்து பேசத் தொடங்குகின்றனர். தனிப்பட்ட வாழ்க்கை குறித்து பகிர்ந்து கொள்கின்றனர். திருமண வாழ்க்கை என்பது இருவருக்குமே திருமண வாழ்க்கை சலிப்போடு அமைந்திருப்பது கூடுதல் நெருக்கத்தை அவர்களுக்குள் உருவாக்குகிறது. டோக்கியோ நகருக்குள் இஷ்டம்போல் திரிகின்றனர். பிரியவேண்டிய நாளும் வருகிறது. இருவரும் தத்தமது பாதைகளில் வலியோடும் ஆற்றாமையோடும் சில நாட்களேனும் மகிழ்ச்சியாக இருந்த திருப்தியோடும் பிரிகின்றனர்.

இதுபோன்ற சாயல்கொண்ட கதைகள் பல இதற்குமுன்பு வெளிவந்திருந்தாலும் சோஃபியாவின் திரைக்கதை படத்துக்கு சிறப்பு கவனத்தைப் பெற்றுத்தந்தது. அந்த வருடத்துக்கான சிறந்த

திரைக்கதைக்கான ஆஸ்கர் விருதும் சோஃபியாவுக்கு கிடைத்தது. இதன்பின் மூன்று வருடங்கள் கழித்து இவரது இயக்கத்தில் *'Marie Antoinette'* படம் வெளிவந்தது. பதினெட்டாம் நூற்றாண்டின் பிரான்ஸ் தேசத்தை அதன் சரித்திரப் பின்னணியோடு காட்டியிருந்தார். இயல்பிலேயே ஆடை, கலை வடிவமைப்பில் பேரார்வம் கொண்டிருந்த சோஃபியாவுக்கு, இந்தப் படம் அவரது பல கனவுகளை நிறைவேற்றித் தந்தது. அரச குடும்பத்தின் உடை அலங்காரங்கள், கோட்டைகள் என வண்ணமயமான பிரெஞ்சு தேசத்தை சோஃபியா காட்டியிருந்தவிதம் அனைவரையும் ஈர்த்தது. 'சிறந்த ஆடை வடிவமைப்புக்கான ஆஸ்கர் விருதை இந்தப் படத்துக்காக இதன் ஆடை வடிவமைப்பாளர் பெற்றார்.

இளவரசன் பதினாறாம் லூயியை திருமணம் செய்துகொள்வதற்காக பிரெஞ்சு அரண்மனைக்கு வரும் அழகிய பெண் மரிஅன்டோநெட்டின் வாழ்க்கை, இறுதியில் எப்படி முடிவுபெறுகிறது என்ற உண்மையான சம்பவத்தைச் சொல்லும் படம் இது. சிறிது சறுக்கினாலும் கதையின் தன்மையே மாறிப்போகும் அபாயம்கொண்ட சரித்திர நிகழ்வை கையாண்டிருந்தார் சோஃபியா. இந்தப்படம் பிரெஞ்சு மக்களிடம் வரவேற்பைப் பெற்றாலும்கூட சில விமர்சகர்கள் சோஃபியாவை கடுமையாகச் சாடினார்கள். வரலாற்றை இஷ்டத்துக்கு மாற்றியிருக்கிறார் என்றார்கள். பிரெஞ்சின் பாரம்பரிய இசையோடு சமகால இசையைக் கோர்த்ததால் படத்தின் நம்பகத்தன்மை அற்றுப்போய்விட்டது என்றார்கள்.

'மரிஅன்டோநெட்டின் கோணத்திலேயே படம் நகர்வதால் அவளுடைய மனநிலைக்கான இசையைத்தான் தந்திருக்கிறோம்' என்று பதில் சொல்லியிருந்தார் சோஃபியா. மரிஅன்டோநெட் பற்றி எதிர்மறையான கருத்துகளே நிலவுகிறது. பிரெஞ்சு தேசமே வறுமையால் அவதிப்பட்டுக்கொண்டிருக்கும்போது உடைகளுக்கும், உணவுக்கும், கேளிக்கைகளுக்கும் பணத்தை வாரியிறைத்தவர் என்று, மரிஅன்டோநெட் மேல் மக்கள் கடும் எரிச்சலில் இருந்தார்கள். சோஃபியா, ஒரு படைப்பாளியாக மரிஅன்டோநெட் ஏன் அப்படி நடந்துகொண்டாள் என்பதைக் காட்டுகிறார். பதினாறாம் லூயியை மணக்கும் மரிஅன்டோநெட்டுக்கு அரண்மனை வாழ்வு தனிமையை மட்டுமே உணர்த்திக்கொண்டே இருக்கிறது. கணவனிடம் அவள் நெருங்கும்போதெல்லாம் அவன் விலகிச்செல்ல,

குழந்தையின்மைக்குக் காரணம் மரிஅன்டோநெட்தான் என எல்லோரும் பேசத் தொடங்குகிறார்கள். ஒருபுறம், மரிஅன்டோநெட்டின் அம்மா ‘எப்படியாவது கணவனைக் கைக்குள் போட்டுக் கொள்’ என்ற ரீதியில் கடிதங்களை அனுப்பிக்கொண்டே இருக்க, ஒருவிதமான மன உளைச்சலில் சிக்குகிறாள் மரிஅன்டோநெட். அவளுடைய ஒரே ஆசுவாசம் விதவிதமாக உடுத்துவதும், கேளிக்கைகளுக்காக செலவுசெய்வதுமாக இருக்கிறது. ஒருகட்டத்தில் அவள் பட்டத்து ராணியாக பதவியில் அமர, அடுத்தடுத்து குழந்தைகளும் பிறக்கின்றன. இப்போது அவளுக்கு உலகமே குழந்தைகள் என்று மாறிப்போகிறது. பிரெஞ்சுத் தேசத்தில் தலைவிரித்தாடுகிற வறுமை அவள் கண்ணுக்குத் தெரிவதில்லை. நாம் பசியோடு திண்டாடிக் கொண்டிருக்க மகாராணி ஆடம்பரமாக வாழ்கிறாள் என்பது, மக்களின் மத்தியில் அவள்மேல் கசப்பை ஏற்படுத்துகிறது. புரட்சி வெடிக்கத் தொடங்குகிறது. மக்கள் அரண்மனைக்குள் புகுந்து துவம்சம் செய்கிறார்கள். அதிகாரத்தை நோக்கி மக்கள் கை ஓங்குவதாக பிரெஞ்சு சரித்திரம் இதைப் பதிவுசெய்ய, மரிஅன்டோநெட்டின் மனநிலையை நமக்குக் காட்டுகிறார் சோஃபியா.

சோஃபியாவின் மூன்று படங்களுமே பெண் கதாபாத்திரங்களை மையமிடுகிறது. நான்காவது படமான *‘Somewhere’* ஒரு ஆண் கதாபாத்திரத்தின் வழியாகவே கதை சொல்கிறது. மனைவியையும் மகளையும் பிரிந்து வாழும் ஒரு ஹாலிவுட் நடிகரைப் பற்றிய கதை. ஜானி மார்கோ என்ற நடிகர் தன்னிஷ்டம்போல் வாழ்கிறார். படங்களில் நடிப்பது, பத்திரிகையாளர்களை சந்திப்பது, பியர் அருந்துவது, தோன்றும்போதெல்லாம் பெண்களுடன் உறவுவைத்துக் கொள்வது, மீந்த நேரங்களில் உயர்தரமான தன்னுடைய காரில் ஊர் சுற்றுவது... இதைத்தான் தனது வாழ்க்கையின் நடைமுறையாக மாற்றிக் கொண்டிருக்கிறார் ஜானி. ஒரு எதிர்பாராதநேரத்தில் அவருடைய மனைவி அவர்களின் பதினோரு வயது மகளை அப்பாவுடன் சில நாட்கள் தங்கியிருக்கும்படி அனுப்புகிறாள். தனிமனிதனாக வாழ்ந்த அவர் மகளை சுமையாக நினைக்கிறார்.

ஆனால் போகப்போக, ஒரு அப்பாவாக மகளின்மேல் அவருக்கு அன்பும் பரிவும் உண்டாகின்றன. தன் வாழ்க்கைக்கு அர்த்தம் தொடங்கிவிட்டதாக நினைக்கிறார். மீண்டும் தன்னுடன் வாழ வருமாறு மனைவியை அழைக்கிறார். அவள் மறுக்கிறாள்.

மகளையும் தன்னுடன் அழைத்துச் செல்கிறாள். இது ஜானியை வெகுவாக பாதிக்கிறது. கண்பார்வையற்றவருக்கு பார்வை கிடைத்து, திரும்பவும் பறிபோனதுபோல் உணர்கிறார். அடுத்து, தான் செல்லவேண்டிய திசை எது என்று தெரியாமல் திணறுகிறார். இந்தக் கதையில் ஜானியும், அவரது மகளும் ஹோட்டலில் தங்குவதாக திரைக்கதை அமைத்திருக்கிறார் சோஃபியா. இது, பிரான்சிஸ் கொப்பல்லோ மற்றும் சோஃபியாவின் வாழ்க்கையில் நடந்த கதை என்று சொல்ல ஆரம்பித்தனர். இதைத் தொடர்ந்து மறுத்து வந்திருக்கிறார் சோஃபியா. ஆனால் ஜானியின் கதாபாத்திரம் தன்னுடைய முதல் கணவரான ஸ்பைக் ஜோன்சினை நினைவுபடுத்தும் விதமாக வடிவமைத்திருப்பதாக சொல்கிறார்.

வெளிப்பார்வைக்கு மகிழ்ச்சியாகவும் உற்சாகமாகவும் வாழும் திரை நட்சத்திரங்கள், தனிப்பட்ட வாழ்க்கையில் தனிமையையும் விரக்தியையுமே கசப்புடன் ருசிக்கிறார்கள் என்பதை சோஃபியா உணர்ந்ததன் விளைவுதான் இந்தப் படம். *Somewhere* 'தங்கசிங்கம்' விருதை வென்றது. இந்த விருதைப் பெறும் முதல் அமெரிக்க பெண் இயக்குநர் என்ற பெருமையும் சோஃபியாவுக்குக் கிடைத்தது. அடுத்து வெளிவந்த இரண்டு படங்களான *'The Bling Ring'* மற்றும் *'A Very Murray Christmas'* படங்களும் சோஃபியாவின் திறமையை தக்கவைத்துக் கொண்டன. இரண்டு குழந்தைகள் பிறந்ததால் அவர்களை பார்த்துக்கொள்ளும் பொறுப்புகளுக்காக திரைப்படத் துறையில் இருந்து கொஞ்சகாலம் விலகியிருந்தார். மீண்டும் திரைக்கதைகளோடு படப்பிடிப்புக்கான காலத்தை நிர்ணயித்திருந்தார். சோஃபியா. 2017ஆம் ஆண்டு *'The Beguiled'* திரைப்படம் வெளிவந்தது. தாமஸ் கல்லினன் எழுதிய நாவலுக்கு திரைக்கதை அமைத்திருந்தார் சோஃபியா.

பிரபலமான இசை ஆளுமை எல்விஸ் பிரெஸ்லியின் காதலியும் மனைவியுமான பிரிசில்லா எழுதிய சுய வரலாற்று புத்தகத்தின் அடிப்படையில் *Priscilla* படத்தினை இயக்கியிருக்கிறார் சோஃபியா. எல்விஸின் ரசிகர்கள் இப்போதும் உண்டு. அவர்களுடைய உணர்வுகளும் புண்படாமல் அதே நேரம் பிரிஸில்லாவுக்கும் எல்விஸுக்கும் இடையில் நடந்த உணர்வுப் போராட்டங்களை, பிரஸில்லா தனிமையாக்கப்பட்டதை, எல்விஸ் பிரஸில்லாவிடம் வன்முறையைக் கையாண்டதை எல்லாம் சொல்லாமல் இந்தப்

படத்தின் கதை சாத்தியமில்லை. அதை சோஃபியா சிறப்பாகவே கையாண்டிருந்தார். தொடர்ந்து புனைவும், நிஜமும் கலந்த கதைகளை அவர் எழுதி இயக்கியதால் அந்த அனுபவத்தினை இந்தப் படத்திற்கு பயன்படுத்திக் கொண்டார்.

'திரைப்பட இயக்குநர்கள் அனைவருமே மாயாஜால வித்தைக் காரர்கள்' என்பார் பிரான்சிஸ் ஃபோர்ட் கொப்பல்லோ. இதை, சிறுவயதிலிருந்தே சோஃபியா உள்வாங்கிக் கொண்டிருப்பதைத்தான் அவரது ஒவ்வொரு படைப்புகளிலும் பார்க்க முடிகிறது.

சோஃபியா கொப்பல்லோ இயக்கியத் திரைப்படங்கள்

1. *The Virgin suicides (1999)*
2. *Lost in Translation (2003)*
3. *Marie Antoinette (2006)*
4. *Somewhere (2010)*
5. *The Bling Ring (2013)*
6. *A Very Murray Christmas (2015)*
7. *The Beguiled (2017)*
8. *Priscilla (2023)*

7. யமினா பெங்குய்குய்

யமினா பெங்குய்குய் *(Yamina Benguigui)* இயக்கியது மூன்று ஆவணப்படங்களும், நான்கு திரைப்படங்களுமே. இப்போது அவருக்கு வயது எழுபது. பிரான்ஸ் நாட்டின் திரைப்படத்துறை *'வாழ்நாள் சாதனையாளர்'* விருதை அவருக்கு வழங்கியிருக்கிறது. இந்த விருதுக்கான அடிப்படை, அவருடைய படைப்புகளால் மட்டுமே கிடைத்ததில்லை. எந்த மாதிரியான சூழலிலிருந்து யமினா திரைப்படங்களை இயக்க முடிவுசெய்து, அதில் தீர்க்கமான வெற்றியும் பெற்றார் என்று பார்க்கும்போது இந்த விருதுக்கு அவர் தகுதியானவர் என்று சொல்லிவிட முடியும்.

பிரெஞ்சு இயக்குநரான யமினா தனக்குள் எழுந்த சந்தேகங்களையும், கேள்விகளையுமே நம்முன் வைக்கிறார். 'நான் யார்? என்னுடைய அடையாளம் என்ன?' என்கிற கேள்வி அவருக்கு மூன்று வயதில்

இருந்தே தொடங்கியிருக்கிறது. ஏனெனில் யமினா பிறந்தது, வளர்ந்தது பிரெஞ்சு தேசம். அவரது பூர்வீகமோ அல்ஜீரியா. ஒருமுறை யமினா படித்த பள்ளிக்கூடத்தில் அவரவர் குடும்பத்தைப் பற்றிய குறிப்புகள் எழுதி 'ஃபேமிலி ட்ரீ' வரைந்து கொண்டு வாருங்கள் என்று ஆசிரியர் சொல்லியிருக்கிறார். தன்னுடைய அப்பா, அம்மா தவிர அதற்கு முந்தைய தலைமுறை பற்றி யமினாவுக்குத் தெரியவில்லை. தெரிந்து கொள்வதற்காக அப்பா, அம்மாவிடம் கேட்டபோது, அவர்கள் அதைப் பற்றிப் பேச மறுத்ததோடு இனி இதுகுறித்து பேசிக்கொள்ள வேண்டாம் என்றும் கட்டளையிட்டிருக்கிறார்கள். இந்த பதிலில் இருந்துதான் யமினாவுக்கு நிறைய கேள்விகள் கிளர்ந்துள்ளன.

அதோடு நாம் பிரான்ஸுக்கு வந்தேறிகளாக குடிபெயர்ந்திருக்கிறோம், அதனாலேயே இந்தத் தேசத்தினர் நம்மை அந்நியர்களாக நினைக்கிறார்கள் என்பதும் யமினாவுக்கு சிறு வயதிலேயே பதிந்திருக்கிறது. அதன்பின் அவர் வாழ்க்கையில் நடந்த சில சம்பவங்கள் அவருக்கு அரசியலை அறியும் நிர்பந்தத்தையும், ஆர்வத்தையும் ஒரே நேரத்தில் கொடுத்தது. இதன் விளைவுகள்தான் திரைப்பட இயக்குநராக வேண்டும் என்கிற கனவை பதிமூன்று வயதிலேயே அவருக்குள் விதைத்தது.

யமினாவின் அப்பாவும், அம்மாவும் 1950ல் அல்ஜீரியாவில் இருந்து பிரான்ஸுக்குக் குடியேறியவர்கள். அவர்கள் ஏன் அல்ஜீரியாவை விட்டு வெளியேறினார்கள் என்பதற்கான சரியான காரணம் இன்றுவரை தனக்குத் தெரியாது என்கிறார் யமினா. ஆனால், இதே காலகட்டத்தில் அல்ஜீரியாவில் இருந்து ஏராளமான குடும்பங்கள் பிரான்ஸுக்குக் குடிபெயர்ந்தது. அதற்கான பொதுவான காரணம் ஒன்றிருந்தது. இதை அடிப்படையாக வைத்துதான் யமினா தன்னுடைய முதல் படமான *Inch allaa dimanche*யை இயக்கினார்.

இரண்டாம் உலகப்போர் முடிந்த சமயம், பிரான்ஸ் தன்னை மறுகட்டமைப்பு செய்துகொள்ள முடிவு செய்தது. கட்டடங்கள், சாலைகள் என ஒட்டுமொத்த நகரமே பாழ்பட்டு கிடக்கையில் அதனை சரி செய்ய பிரான்ஸுக்கு மனித சக்தி அதிகம் தேவைப்பட்டது. அதற்கான தொழிலாளர்களை அல்ஜீரியவில் இருந்து வரவழைத்துக் கொண்டது. அதன்படி தொழிலாளிகளாக

வந்தவர்கள் அல்ஜிரியாவிலேயே தங்களின் குடும்பங்களை விட்டு வந்தனர். அவர்கள் தங்கள் குடும்பங்களை பிரான்ஸுக்கு அழைத்துக் கொள்வதற்கு மிகுந்த போராட்டம் செய்ய வேண்டியிருந்தது. அப்படி பிரான்ஸில் வந்து குடியேறிய ஒரு குடும்பத்தின் கதைதான் *Inch allaa dimanche*. அதிலும் அந்தக் குடும்பத் தலைவியின் பாடுகளையே இந்தப்படம் பேசுகிறது.

ஏனெனில் பிரான்ஸில் வேலைக்காக வந்த அல்ஜீரியர்களுக்குக் குறைவான சம்பளம், மோசமான இருப்பிடம் போன்ற மரியாதைக் குறைவான வாழக்கையையே பிரான்ஸ் அரசு தந்தது. அடிமட்டமாக நடத்தப்பட்ட தொழிலாளிகள் தங்களின் கோபத்தையும், இயலாமையையும் அவர்கள் குடும்பத்தினரிடமே காட்டினர். இதில் அதிகம் பலியானது அந்தக் குடும்பத் தலைவிகள்தான்.

தங்களின் பிறந்த நாட்டையும், வீட்டையும் விட்டு கணவர் அழைத்த காரணத்தினாலே முற்றிலும் புதிய தேசத்துக்கு வந்த இந்தப் பெண்கள் வீட்டிலும், வெளியிலும் பட்ட சிரமங்களைப் பற்றி எந்தவொரு திரைப்படமும் பிரான்ஸில் எடுக்கப்படவில்லை. இதை முதன்முதலாக விவரித்தது யமினாதான். ஏனெனில் இதுபோன்ற பெண்களின் வாழ்க்கையையே நேரடியாகப் பார்த்து வளர்ந்தவர் யமினா. அதனாலேயே இவரது முதல் படம் மட்டுமல்ல, தொடர்ந்த இவரது படைப்புகளில் பிரான்ஸ் தேசத்தில் உள்ள அல்ஜீரியப் பெண்களே மையக் கதாபாத்திரமாக இருக்கின்றனர். இதில் மறக்க முடியாதது *Inch allaa dimanche* படத்தில் வருகிற ஜுய்னா கதாபாத்திரம்.

ஜுய்னா என்கிற பெண் தன் குழந்தைகளுடனும் மாமியாருடனும் அல்ஜீரியாவில் இருந்து கப்பலில் பிரான்ஸுக்குப் பயணம் செய்வதற்காக துறைமுகத்தில் இருக்கிறாள். ஜுய்னாவின் அம்மாவும் தங்கைகளும் அவளைக் கட்டிக்கொண்டு அழுகிறார்கள். இனி மீண்டும் சந்திப்போம் என்கிற உறுதி இல்லாத காரணத்தால் ஜுய்னாவும் கதறி அழுகிறாள். ஜுய்னாவின் மாமியார், ஜுய்னாவை சிடுசிடுப்புடன் கண்டிக்கிறாள்.

பிரான்ஸில் உள்ள கணவர் வீட்டுக்கு வந்ததும் குழந்தைகள் தங்களின் அறை எங்கே என்று கேட்டு மாடிக்கு ஓடுகின்றனர். மாமியார் சமையலறையை மேற்பார்வையிட போகிறாள். அவள்

பின்னாலேயே கணவனும் சென்றுவிட சொந்த வீட்டிலேயே நிர்கதியாகிறாள் ஜுய்னா.

சமையல் தொடங்கி வீட்டு வேலைகள் எல்லாவற்றிலும் மாமியாரின் கட்டளைப்படியே ஜுய்னா இயங்குகிறாள். ஆனாலும், திருப்தியடையாத மாமியார், ஜுய்னாவை ஏதாவது பேசி கடிந்து கொண்டே இருக்கிறாள்.

ஜுய்னாவின் பொழுதுபோக்கு வானொலி கேட்பதாக இருக்கிறது. அதிலும் ஒரு குறிப்பிட்ட நிகழ்ச்சி அவளை ஈர்க்கிறது. சமூகம், மதம், பாலியல் என பல விஷயங்கள் குறித்து அதில் பேசப்படுவதால் மாமியாருக்குத் தெரியாமல் ரகசியமாக அதனைக் கேட்கிறாள் ஜுய்னா. காலை வேளையில் பேருந்து ஒன்று இவர்கள் வீட்டு வாசலில் உள்ள நிறுத்தத்தில் வந்து நின்று பயணிகளை ஏற்றிக்கொள்ளும். தினமும் இந்தக் காட்சியை ஜன்னல் வழியே ஜுய்னா பார்க்கிறாள். ஒருவருக்கொருவர் பேசிக் கொள்ளாமலேயே அந்த பேருந்து ஓட்டுநருக்கும், ஜுய்னாவுக்கும் சிநேகம் ஏற்படுகிறது. அந்தப் பேருந்து வரும்போது இவள் ஜன்னலருகில் நின்று பார்ப்பதும், ஓட்டுநர் இவள் வருகையை எதிர்பார்ப்பதுமாக நாட்கள் செல்கின்றன.

ஜுய்னாவின் குழந்தைகள் தங்களின் நண்பனான ஒரு பிரெஞ்சு சிறுவனை வீட்டுக்கு அழைத்து வருகிறார்கள். அந்தச் சிறுவன், அல்ஜீரியாவில் இருந்து இங்கு குடிபெயர்ந்த ஒரு குடும்பம் அந்த ஊரினுள் இருப்பதாகச் சொல்கிறான். இதைக் கேட்டு மகிழ்ச்சியடைகிறாள் ஜுய்னா. தனக்குப் பேச்சுத் துணைக்கு ஆள் கிடைத்துவிட்டதாக நம்புகிறாள். அடுத்து வருகிற மூன்று ஞாயிற்றுக்கிழமைகளிலும் மாமியாரும், கணவனும் வீட்டில் இருக்க மாட்டார்கள் என்பதைத் தெரிந்து கொள்ளும் ஜுய்னா, அந்த அல்ஜீரிய குடும்பத்தைத் தேடிக் கண்டுபிடிக்க வேண்டும் என்று முடிவெடுக்கிறாள்.

முதல் இரண்டு ஞாயிற்றுக்கிழமைகளில் அவளால் அந்த குடும்பத்தின் முகவரியைக் கண்டுபிடிக்க முடியாமல் போகிறது. இதற்குள் அவளுக்கு பல்வேறு அனுபவங்கள் கிடைக்கின்றன.

மூன்றாம் ஞாயிற்றுக்கிழமை மிகுந்த பிரயாசைப்பட்டு அந்த அல்ஜீரியக் குடும்பம் வாழும் வீட்டைக் கண்டுபிடிக்கிறாள். வாசல் கதவைத் தட்டி விட்டு பரபரப்புடன் இருக்கிறாள். அப்போது

ஜுய்னா முகத்தில் சிரிப்பும், தவிப்புமாக மாறி மாறி பரவுகிறது. ஒரு பெண் கதவைத் திறக்கிறாள். அவளிடம் அல்ஜீரிய மொழியில் பேசத் தொடங்குகிறாள் ஜுய்னா. தான் யார், எதற்காகத் தேடி வந்திருக்கிறோம் என்பதை வேகமாகவும், தடுமாற்றத்தோடும் சொல்லுகிறாள் ஜுய்னா. கதவைத் திறந்த பெண் ஜுய்னாவை தயக்கத்துடன் உள்ளே அனுமதிக்கிறாள். அவளுக்கும் ஜுய்னாவின் வயதே இருக்கும். அவள் வீட்டுக்குள் நுழைந்ததிலிருந்து ஜுய்னா வாய் ஓயாமல் பேசிக்கொண்டே இருக்கிறாள். அந்தப் பெண் சோர்வான முகத்துடன் ஜுய்னாவை பார்த்தபடி இருக்கிறாள். நடுவில் ஒன்றிரண்டு வார்த்தைகளில் மட்டும் மேம்போக்காகப் பதில் சொல்கிறாள். இதெல்லாம்கூட உறைக்காமல் ஜுய்னா பேச்சைத் தொடர்கிறாள்.

'நீ ரேடியோ கேட்பதுண்டா?' என்று அந்தப் பெண்ணிடம் ஜுய்னா கேட்கிறாள்.

அவள், 'அது சாத்தானின் செயல்' என்கிறாள். அப்படியும் விடாமல் தான் வானொலி கேட்பது பற்றியும் குறிப்பாக ஒரு நிகழ்ச்சியில் பாலியல் குறித்தெல்லாம் வெளிப்படையாக விவாதிக்கிறார்கள் என்றும் சொல்ல அந்த அல்ஜீரியப் பெண் கோபமடைகிறாள். 'அசிங்கமாகப் பேசாதே, வெளியே போ' என்கிறாள்.

இதை எதிர்பார்க்காத ஜுய்னா அவள் வீட்டு வாசலில் நின்று ஒரு தோழி கிடைக்கப்போகும் சந்தோஷத்தில் வந்ததாகவும் தன்னை வெறுக்க வேண்டாமென்றும் புலம்புகிறாள். தன் கட்டுப்பாட்டை மீறி அழுகிறாள். கதறுகிறாள். இவள் கதறலைக் கேட்டு உள்ளே அல்ஜீரியப் பெண்ணும் அழுகிறாள். ஜுய்னா குழந்தைகள் அவளை அங்கிருந்து இழுத்துச் செல்கின்றனர். அப்போது அங்கு ஜுய்னாவுக்கு ஏற்கனவே அறிமுகமாயிருந்த ஓட்டுநரின் பேருந்து வருகிறது. ஜுய்னாவை அங்கு எதிர்பார்க்காத ஓட்டுநர் அவளைக் கண்டதும் அவளையும் குழந்தைகளையும் பேருந்தில் ஏற்றிக்கொள்கிறான். மற்ற பயணிகளை இறங்குமாறு சொல்கிறான். அழுத முகத்தோடு இருக்கும் ஜுய்னாவிடம் எதுவும் பேசாமல் ஓட்டிக் கொண்டிருக்கிறான். பேருந்து நகரம் முழுவதையும் நீண்ட நேரமாக சுற்றி வருகிறது.

பேருந்தில் இருந்து தெளிந்த முகத்தோடு இறங்குகிறாள் ஜுய்னா. வீட்டு வாசலில் கணவனும் மாமியாரும் காத்துக்

கொண்டிருக்கிறார்கள். 'எங்கு போய் தொலைந்தாய்?' என்று மாமியார் கத்துகிறாள்.

அவளை அடிப்பதற்காக கணவன் தயாராகிறான். ஜுய்னா நேராக கணவனிடம் சென்று அவன் கண்களை நேராகப் பார்த்து, 'நாளையிலிருந்து குழந்தைகளை நான்தான் பள்ளிக்கூடத்தில் கொண்டுபோய் விடுவேன்' என்கிறாள். அவளது உறுதியான பேச்சைக் கேட்டு கணவனும், மாமியாரும் திகைத்துப் போய் பார்க்கிறார்கள். இதோடு படம் முடிகிறது.

ஒரு வீட்டில் நடக்கிற மாமியார் மருமகள் சண்டை, ஒரு பெண்ணுக்கு மறுக்கப்பட்ட உரிமை போன்ற அடிப்படையில் மட்டுமே இந்தப் படம் புரிந்து கொள்ளப்படவில்லை. அதைக் கடந்து திரைப்படம் மறைமுகமாக பேசிய அரசியல்தான் உலக அளவில் மிகப்பெரிய மதிப்பை பெற்றுத் தந்திருக்கிறது.

Inch allaa dimanche படத்தை இயக்குவதற்கு முன்பாக மூன்று ஆவணப்படங்களை யமினா இயக்கியிருந்தார். மூன்றுமே பிரான்ஸில் குடியேறியிருந்த அல்ஜீரியர்கள் பற்றியே பேசியது. பிரான்ஸ் முழுவதும் மூன்று கோடி அல்ஜீரியக் குடும்பங்கள் இருந்தன. அவர்களின் முதல் தலைமுறை மறைந்து கொண்டிருந்தது. இந்த முதல் தலைமுறையினர் யாருமே தங்களின் குடும்ப வரலாறுகளைப் பற்றி அவர்களின் அடுத்த தலைமுறையினருக்குக் கடத்தவில்லை. அவர்களின் அதிகபட்ச எதிர்பார்ப்பே தங்களுக்கு அடுத்துவரும் தலைமுறையினர் இஸ்லாத்தை விட்டுக் கொடுக்கக்கூடாது என்பதாக இருந்தது. ஏனெனில், அவர்களின் அடையாளமாக மதத்தையே அவர்கள் நம்பியிருந்தனர். ஆனால், ஒரு மனிதனின் அடையாளம் என்பது மதம் சார்ந்ததாக மட்டுமே இருந்து விடக்கூடாது. சுயமரியாதை, கல்வி, சமூக அங்கீகாரம் இவையெல்லாமும்தான் என்பது யமினாவின் நியாயமான கண்ணோட்டமாக இருக்கிறது. இதை அடிப்படையாகக் கொண்டுதான் அவர் ஆவணப்படங்களை இயக்கியிருந்தார்.

திரைப்பட இயக்குநராக வேண்டும் என்று யமினா சொன்னபோது அவரது அப்பா கடுமையாக எதிர்த்தார். 'இஸ்லாத்துக்கு எதிரானது' என்றார். யமினாவின் அப்பா பிரான்ஸ் அரசாங்கத்துக்கு எதிராக ஆயுதப் போராட்டம் நடத்தும் குழுவோடு இணைந்து கிளர்ச்சியில் ஈடுபட்டிருந்தார். இதனால் இரண்டு முறை கைது

செய்யப்பட்டிருக்கிறார். அதில் ஒருமுறை யமினாவின் குடும்பமும் வீட்டுச்சிறையில் அடைக்கப்பட்டிருந்தது. கணவனின் அரசியல் செயல்பாடுகள் தந்த அழுத்தம், ஐந்து குழந்தைகள் பிறந்த பிறகும் குடும்பத்தினரிடம் அனுசரணையாக இல்லாமல் இருந்தது போன்றவை யமினாவின் அம்மாவைப் புண்படுத்தியிருந்தன. அதனால் பெரும் போராட்டத்துக்குப் பிறகு கணவனிடமிருந்து விவாகரத்துப் பெற்றார். அதன் பிறகே யமினாவால் தன்னுடைய இயக்குநர் கனவை செயல்படுத்த முடிந்தது. உதவி இயக்குநராகப் பணி செய்து கொண்டே ஆவணப்படங்களை இயக்கினார். 'இஸ்லாமியப் பெண்கள்' என்ற தலைப்பில் இவர் எடுத்த மூன்று திரைப்படங்கள் சர்வதேசப் பல்கலைகழகங்களில் பாடப்பிரிவில் சேர்க்கப்பட்டுள்ளன. இஸ்லாமியப் பெண்களுக்கு அணிவிக்கப்படும் முகத்திரை குறித்தே இந்த மூன்று ஆவணப்படங்களும் பேசுகின்றன. ஒரு பெண்ணின் முகத்தைத் திரை கட்டி மறைப்பதன் பின்புலத்தில் இருக்கிற அரசியல், மதம், கலாச்சாரக் குறியீடு, அடக்குமுறை என யாவற்றையும் சொல்கிற ஆவணப்படமாக இருக்கின்றன. இந்த ஆவணப் படத்திற்காக பனிரெண்டு நாடுகளுக்கு பயணம் செய்து படப்பிடிப்பு நடத்தினார் யமினா.

தொடர்ந்து இவர் இயக்கிய ஆவணப்படங்கள் பலத்த அதிர்வுகளை உருவாக்கியபடி இருக்கின்றன. 2012ஆம் ஆண்டு வெளியுறவுத் துறையின் இணை அமைச்சராக பிரெஞ்சு அரசாங்கம் யமினாவை நியமித்தது. இது யமினா தன்னுடைய படைப்புகளின் வழியாக சாதித்துக் கொண்ட அங்கீகாரம். தனது அரசியல் அதிகாரத்தின் மூலமாக யமினா மகத்தான பல செயல்களை பெண்களுக்காகவும், குடியேறிகளுக்காகவும் செய்தார். மற்றொருபுறம் ஆவணப்படங்களை எடுக்கவும் அவர் தவறவில்லை. ஆப்பிரிக்கப் பெண்கள் தங்களது பெண் குழந்தைகள் எதற்காக படிக்க வேண்டும் எனபதைப் பாற்றி பேசும் ஒரு ஆவணப்படம் மிக முக்கியமானது. இதில் இருநூறு பெண்கள் தங்களின் கருத்துகளைப் பகிர்ந்துள்ளனர்.

தற்போது 'Sisters' என்கிற ஒரு திரைப்படத்திற்கான திரைக்கதையை எழுதி முடித்துள்ளார்.

மிக நீண்ட வருடத்துக்குப் பிறகுதான் அப்பாவை மீண்டும் சந்தித்தார் யமினா. யமினாவின் வளர்ச்சி அவருக்கு மகிழ்ச்சியை ஏற்படுத்தியிருந்தாலும், 'பிரான்ஸுக்கு ஆதரவாகப் படம்

எடுக்கிறாய்' என்று குற்றச்சாட்டை முன்வைத்தார் அவரது அப்பா. அதற்கு யமினா இப்படி பதில் சொன்னார், 'நீங்கள் ஆயுதங்களை நம்புகிறீர்கள். நான் படங்களை எடுக்கிறேன்'. தன்னுடைய படைப்பு ஆற்றலின் மேல் கொண்ட நம்பிக்கையினால் மட்டும் வெளிவந்த வார்த்தைகள் அல்ல இவை, திரைப்படம் எனும் வலுவான ஆயுதம் ஏற்படுத்துகிற சலனத்தை அனுபவித்ததன் வெளிப்பாடே இந்த பதில்.

யமினா பெங்குய்குய் இயக்கியத் திரைப்படங்கள்

1. *Inch' Allah dimanche*

8. சாரா பாலி

உயிரோட்டமான காட்சிகள், தேர்ந்த திருப்பங்கள் போன்றவை திரைக்கதை எழுதுவதற்கான அம்சங்கள் என்றால், இயக்குநர் சாரா பாலியின் வாழ்க்கை இதற்குள் கச்சிதமாகப் பொருந்தும். இதைப் பலரும் சாராவிடம் சொல்லியிருக்கின்றனர். தனது வாழ்க்கையை திரைப்படமாக எடுக்கும் ஆர்வம் இல்லாவிட்டாலும் அதன் ஒரு பகுதியை ஆவணப்படமாக எடுத்திருக்கிறார். அந்த ஆவணப்படத்தின் மையம், சாராவின் அம்மாவைச் சுற்றியே சுழல்கிறது.

சாரா பாலி கனடாவிலும், ஹாலிவுட்டிலும் பிரபலமான நடிகை. சிறந்த நடிப்புக்கான விருதுகளை பலமுறை பெற்றிருக்கிறார்.

புகழ்பெற்ற இயக்குநர்கள் பலரும் தங்கள் படங்களில் சாராவின் பங்களிப்பு இருக்கவேண்டும் என்று நினைக்கின்றனர். ஆனால் சாரா, தன்னை ஒரு நடிகையாக மட்டும் நினைத்துவிடவில்லை. எப்போதுமே தனக்குள் விழித்துக்கொண்டிருக்கும் ஒரு படைப்பாளியை வெளிக்கொண்டு வரவேண்டும் என்பதுதான் சிறு வயதிலிருந்தே சாராவின் விருப்பமாக இருந்தது. ஒரு எழுத்தாளராகத் தன்னை நிரூபிக்கவேண்டும் என்று சாரா நினைத்தபோதெல்லாம் அதற்கான சூழல் அவருக்கு அமையவில்லை. ஏனென்றால், சாரா நடிக்கத் தொடங்கும்போது அவருக்கு வயது நான்கு.

சாராவின் அம்மா டயான் ஒரு நடிகை. அப்பா மிக்கேல் பாலியும், அண்ணனும் திரைப்படத்துக்கான நடிகை, நடிகர்களைத் தேர்வுசெய்யும் ‘காஸ்டிங்’ இயக்குநர்களாக இருந்தனர். அதனால் திரைப்படத்துறை என்பது சாராவுக்கு ஒரு விளையாட்டு உலகத்துக்குள் நுழைந்த ஒரு உணர்வையே தந்தது.

கனடாவில் எங்கு போனாலும் சிறுமி சாராவை மக்கள் அடையாளம் கண்டுகொண்டனர். அந்த வயதில் சாரா நடித்து சம்பாதித்த தொகை ஒரு குடும்பம் செழிக்கப் போதுமானதாயிருந்தது. பதினோரு வயதுவரை சாராவுக்கு எல்லாமே இயல்பாகப் போய்க்கொண்டிருந்தது. சாராவுக்கு பதினோராவது பிறந்த நாள் கழிந்து இரண்டு நாட்கள் ஆனபோது, அவருடைய அம்மா மரணமடைந்தார்.

மிக நீண்டநாட்கள் புற்றுநோயினால் படுக்கையிலேயே நாட்களைச் செலவழித்திருந்த அம்மாவின் இழப்பு என்பது சாராவுக்குள் கலவையான உணர்வுகளை ஏற்படுத்தியது. அம்மாவின் மரணம் ஒருவகையில், விடுதலையுணர்வைத் தந்ததாக நினைவுகூர்கிறார் சாரா. ஏனெனில், நோயின் தாக்கத்தால் அம்மா படும் வேதனைகளை எதிர்கொள்ளும் தைரியம் சாராவுக்கு இல்லாமல் இருந்தது.

இதோடு, சாராவின் உடல்நிலையும் அப்போது சீராக இல்லை. பல நாட்கள் படுக்கையிலேயே கழிக்கவேண்டிய சூழல் ஏற்பட்டது. அதிலிருந்து மீண்டுவந்தவர், ‘நடிப்பு என்பது கடந்து நாம் படைப்புரீதியாக சிந்திக்கவும் செய்ய வேண்டும்’ என்று யோசிக்கத் தொடங்கினார். எழுதவேண்டும் என்ற உந்துதல் ஏற்பட்டது. ஆனால் அது, அவருக்கு சுலபமாக அமையவில்லை.

மிகுந்த மனநெருக்கடி ஏற்பட்டதால் தன் கவனத்தை திசைதிருப்ப அப்பாவின் உதவியோடு மீண்டும் நடிக்கத் தொடங்கினார். இந்தச் சம்பவங்களுக்குப் பிறகு, பல வருடங்கள் கழித்து சாராவுக்கு மற்றொரு திகைப்பான செய்தி கிடைத்தது. அதுவரை தன்னுடைய அப்பாவாக நினைத்திருந்த மிக்கேல், தனது வளர்ப்புத்தந்தை என்று தெரியவந்தது. அம்மாவுக்கு ஏற்கனவே திருமணமாகியிருந்தது குறித்து தெரியவரும்போது தன அம்மாவைப்பற்றி மேலும் அறிந்துகொள்ள வேண்டும் என்று விரும்பினார்.

நடிப்புக்கும், படம் இயக்குதலுக்கும் ஐந்து வருட காலங்கள் இடைவெளி தந்தார். பல படங்களில் ஒரே நேரத்தில் நடித்துக்கொண்டிருந்த சாரா, யாரிடமும் சொல்லாமல் பொது வாழ்க்கையிலிருந்து தன்னை மறைத்துக் கொண்டார். ஐந்து வருடத்துக்குப்பிறகு அவர் *Stories We Tell (2012)* என்ற ஆவணப்படத்தோடு மீண்டு வந்தார். இருபது வருடங்களுக்குமுன்பு வாழ்ந்திருந்த தன் அம்மாவைப்பற்றி தெரிந்துகொள்வதற்காக அவருடன் பழகிய அத்தனைபேரையும் அந்த ஆவணப்படத்தில் பேட்டி கண்டிருந்தார். அம்மாவைப்பற்றி அவர் நினைத்திருந்ததும், இந்தப் படத்தின்மூலமாக சாராவின் அம்மா அவருக்குக் காட்டிய தரிசனமும் வெவ்வேறாக இருந்தது. தன்னை ஒருபோதும் அம்மா ஒதுக்கவில்லை, எப்போதும் பிரியமாகவே இருந்திருக்கிறார் என்பது சாரா அதில் கண்டுகொண்ட உண்மை. ஒரு குடும்பத்தின் கதை என்பதாக இல்லாமல் திருமணம், உறவுகள், விவாகரத்து, மறுமணம், குழந்தை வளர்ப்பு போன்றவற்றைப்பற்றியும் பேசிய படமாக இருந்ததால் திரைப்பட விழாக்களில் பங்குகொண்டு விருதுகளையும் பெற்றது. அதோடு, ஒரு படைப்பாளியாக சாராவுக்கு நற்பெயரையும் இந்த ஆவணப்படம் பெற்றுத் தந்திருக்கிறது.

இந்த ஆவணப்படம் தவிர, சாரா இதுவரை இயக்கியது இரண்டே திரைப்படங்களும், சில தொலைக்காட்சித் தொடர்களும்தான். இரண்டு திரைப்படங்களுமே அவர் மேலுள்ள மதிப்பை உயர்த்தியிருக்கிறது. 'ஒரு நடிகை என்ன இயக்கிவிடப்போகிறார்?' என்று அவர்முன்பாகவே பலர் விமர்சனம் செய்திருக்கின்றனர். விமர்சனங்களுக்கு பதில்சொல்லி தன்னை இழந்துவிடாததன்மை எப்போதுமே சாராவுக்கு இருந்தது. அதனால் மௌனம் காத்தவர் *Away From Her (2006)* படத்தோடு அனைவரையும் எதிர்கொண்டார்.

'சிறுகதைகளின் மகாராணி' என்று அறியப்படுகிற கனடா நாட்டு எழுத்தாளரான அலிஸ் மன்றோவின் *The Bear came over the Mountain* கதை சாராவை பாதித்தது. கணக்கில் வைக்கமுடியாதளவுக்கு அதை மீண்டும் மீண்டுமாக வாசித்தார். அப்போதும்கூட அதைத் திரைப்படமாக்க வேண்டும் என்ற எண்ணம் அவருக்கு ஏற்பட்டுவிடவில்லை. ஆனால் அந்தக் கதையில் தன்னை எது அப்படி ஈர்க்கிறது என்பதைத் தொடர்ச்சியாக யோசிக்கும்போதுதான் ஒரு கதை, திரைக்கதையாக அவரை அறியாமலேயே உருமாறத் தொடங்கியது.

மற்றொரு காரணம், ஜூலியா கிறிஸ்டி என்ற நடிகையின் முகம். இந்தக் கதையைப் படிக்கும்போதெல்லாம் ஃபியோனா என்ற கதாபாத்திரத்தில் ஜூலியா கிறிஸ்டியை நினைத்துக்கொண்டே படித்தார். இந்தக் கதையை படமாக்கினால் எப்படி இருக்கும் என்று யோசித்ததன் விளைவாக அவருக்குள் அந்தக் கதை பல பரிமாணங்களை காட்டத் தொடங்கியது. உடனே அலிஸ் மன்றோவிடம் அதற்கான முறையான அனுமதியைப் பெற்றார். 'திரைப்படமாக்குமளவுக்கு இந்தக் கதையில் என்ன இருக்கிறது. அலிஸ் எழுதிய எளிமையான கதைகளில் இதுவும் ஒன்று' என்றுதான் பலரும் நினைத்தனர். அந்த 'எளிமை' என்பதுதான் சாராவை ஈர்த்திருந்தது. *Away From Her* என்கிற திரைப்படமாக மாற்றம் பெற்றது.

நாற்பது ஆண்டுகால திருமண வாழ்க்கையை திருப்தியோடு கழித்த கிரான்ட், ஃபியோனா தம்பதிதான் படத்தின் முக்கியக் கதாபாத்திரங்கள். கனடாவில் பனிசூழ்ந்த சமவெளியின் நடுவே ஒரு அழகான பண்ணை வீட்டில் இருவரும் வசிக்கிறார்கள். வெளிப்பார்வைக்கு மிகச் சாதாரணமாகவே நடந்துகொள்ளும் ஃபியோனாவுக்குள் சின்னச் சின்ன மாறுதல்கள் ஏற்படுவதை கிரான்ட் வருத்தத்துடன் கவனிக்கிறார். பாத்திரங்களைக் கழுவி குளிர்சாதனப் பெட்டிக்குள் வைக்கிறாள். பேசிக்கொண்டிருக்கும்போதே என்ன பேசுகிறோம் என்பதை மறந்து திணறுகிறாள்.

கிரான்ட்டுக்கு நிலைமையின் தீவிரம் புரிகிறது. ஃபியோனாவுக்கு வந்திருப்பது வயதான காலத்தில் தாக்குகிற ஞாபகமறதி நோயான அல்ஜிமர் என்பது தெரியவருகிறது.இந்த நோய் தாக்குபவர்களைப் பாதுகாக்கும் 'மெடோஹவுஸ்' என்கிற வயதானவர் விடுதியில்

ஃபியோனா சேர்க்கப்படுகிறாள். அந்த விடுதியின் ஒரு விதிமுறை, நோயாளியைச் சேர்த்ததும் ஒரு மாத காலத்துக்கு அவருடைய உறவினர்கள், நண்பர்கள் யாரும் வரக்கூடாது என்பது. திருமணமான காலத்திலிருந்து இருவரும் இத்தனை நாட்கள் பிரிந்திருந்ததில்லை என்றெல்லாம் கிரான்ட் வாதாடுகிறார். விடுதியின் மேற்பார்வையாளர் விதிமுறைகளைத் தளர்த்தமுடியாது என்கிறார்.

வேறுவழியில்லாமல் ஃபியோனாவை அங்கே விட்டுச் செல்கிறார். ஒருமாத காலமும் கிரான்ட்டுக்கு தனிமை என்பது வேதனை தருவதாக இருக்கிறது. ஃபியோனாவைப் பார்க்கப்போகும் நாள் வருகிறது. மனைவிக்குப் பிடித்தமான பூக்களை வாங்கிக்கொண்டு விடுதிக்கு விரைகிறார். ஃபியோனாவைப் பார்த்ததும் கிரான்ட் உணர்ச்சிவசப்படுகிறார். ஃபியோனா அருகில் போய் நிற்கிறார். அவரைப் பார்த்ததும் ஃபியோனா புன்னகைக்கிறாள். கிரான்ட்டிடம் ஏதேதோ பேசுகிறாள். ஆனால் கிரான்ட்டை ஒரு விருந்தினராக மட்டுமே நினைத்துப் பேசிக்கொண்டிருக்கிறாள். இது கிரான்ட்டுக்குள் மன நடுக்கத்தை ஏற்படுத்துகிறது. இதற்கடுத்த அதிர்ச்சியாக, அங்கே சக நோயாளியாக அனுமதிக்கப்பட்டிருக்கும் ஆப்ரே என்பவரைக் காட்டி தன்னுடைய பால்யகால சிநேகிதன் என்கிறாள்.

இதோடு ஆப்ரேயும், ஃபியோனாவும் மன நெருக்கம்கொண்ட தம்பதியினர் போல நடந்துகொள்கிறார்கள். ஆப்ரேயிடம் ஃபியோனா காட்டும் இந்த நேசத்தை சகித்துக்கொள்ள முடியாமல் போராடுகிறார் கிரான்ட். ஒவ்வொருநாளும் 'நான்தான் உன்னுடைய கணவன்' என்பதை ஃபியோனாவுக்கு நினைவுபடுத்தவருகிறார் கிரான்ட். ஆனால் ஃபியோனா அதற்கு இடம்கொடுக்காமல் ஆப்ரேயை கவனிப்பதிலேயே நேரம் செலவிடுகிறாள். ஒருநாள் ஃபியோனாவிடம் 'நான் உன்னுடைய கணவன்' எனச் சொல்லியும் விடுகிறார். ஃபியோனாவோ குழம்பியவளாக, 'நாளை நீங்கள் என்னைப் பார்க்க வரவேண்டாம்' என்று கண்ணீரோடு கிரான்ட்டிடம் சொல்லிவிட்டு ஆப்ரேவை நோக்கிச் செல்கிறாள். உடைந்து போகிறார் கிரான்ட். ஆனாலும் ஃபியோனா மீண்டும் தன்னை நினைவுகொள்வாள் என்ற நம்பிக்கையில் தினமும் விடுதிக்கு வந்து ஒரு ஓரமாக அவளைப் பார்த்தபடியே அமர்ந்திருக்கிறார் கிரான்ட்.

ஆப்ரேவை விடுதியில் இருந்து அவரது மனைவி வீட்டுக்கு அழைத்துச் சென்றுவிடுகிறாள். இதனால் எப்போதும் துயரத்துடனேயே ஃபியோனா இருக்கிறாள். மீண்டும் ஆப்ரேவை ஃபியோனாவிடத்தில் அழைத்துவருவதற்கான முயற்சியில் இறங்குகிறார் கிரான்ட். அவர் மனைவியிடத்தில் போய் பேசுகிறார். இறுதியில், ஒருவழியாக அவர் மனைவியின் சம்மதம் பெற்று ஆப்ரேவை மருத்துவ விடுதிக்கு அழைத்து வந்துவிடுகிறார். ஆப்ரேவை ஃபியோனா தங்கியிருக்கும் அறையின் வாசலில் இருத்திவிட்டு 'உனக்கொரு ஆச்சரியத்தைத் தரப்போகிறேன்' என்று ஃபியோனாவிடம் சொல்கிறார் கிரான்ட். ஆனால் இப்போது ஃபியோனாவுக்கு கிரான்ட்டை அடையாளம் தெரியத் தொடங்குகிறது. அதை, அவள் வெளிப்படுத்தியதும் அந்த நொடிக்காகவே காத்திருந்த கிரான்ட்டுக்கு அது நெகிழ்வைத் தருவதாகவும் படம் முடிகிறது.

ஒரு இலக்கியப் படைப்பு திரைப்படமாக உருமாறும்போது ஏற்படும் சவால்களை சாரா நன்கு உணர்ந்திருந்தார். இதற்கு அவரின் வாசிப்புப் பழக்கமும்கூட காரணமாக இருந்திருக்கிறது. அலிஸ் மன்றோவின் கதைக்கு சாரா திரைக்கதை வடிவத்தை நேர்த்தியாகத் தந்திருக்கிறார். அதற்காகவே இந்தப் படத்துக்கான திரைக்கதை ஆஸ்கருக்கு பரிந்துரைக்கப்பட்டது. சிறுகதையின் சில வசனங்கள் காட்சிகளாகவும், காட்சிகள் வசனங்களாகவும் தேவைக்கேற்ப கச்சிதமாக மாற்றம் பெற்றிருக்கின்றன.

அல்ஜிமர் நோயின் கூறுகளை அலிஸ் சில பக்கங்களை செலவழித்து விளக்கியிருக்கிறார். இரண்டே காட்சிகளில் ஃபியோனாவின் நோய்த் தீவிரத்தை சாரா உணர்த்திச் சென்று விடுகிறார். கிரான்ட் மற்றும் ஃபியோனாவின் இளமைக்கால சம்பவங்களில் இருந்து அலிஸ் சிறுகதையைத் தொடங்குகிறார். திரைப்படமோ ஃபியோனாவின் மறதியினால் கிரான்ட் எதிர்கொள்ளும் உளைச்சலையும், ஏக்கங்களையும், அவரின் பேரன்பையுமே மையமிடுகிறது. சிறுகதையாக எழுதும்போது உள்ள சுதந்திரம் அதைத் திரைக்கதையாக்கும்போது மட்டுப்படும் வாய்ப்பு உண்டு. கிரான்ட்டின் பார்வையிலேயே ஃபியோனாவை நாம் பார்ப்பதாக அமைத்திருக்கும் திரைக்கதைவழியாக அந்தக் கட்டுப்பாட்டை அழகாகத் தாண்டிவிடுகிறார் சாரா.

சாராவின் அடுத்தபடமான *Take this Waltz (2011)* படமும் திருமண உறவைப்பற்றி பேசுவதாகவே இருந்தது. மார்கோ என்ற பெண், தனது திருமண வாழ்வை உப்புச்சப்பற்றது என்றே நினைக்கிறாள். அவளுக்கு டானியல் என்பவருடன் பழக்கம் ஏற்படுகிறது. அந்தப் பழக்கம் டானியலை மறுமணம் செய்துகொள்ளச் செய்கிறது. 'வாழ்க்கை இடைவெளிகள் நிறைந்தது. அதை வேறொரு உறவுமூலம் இட்டுநிரப்ப முடியாது' என்ற இந்தப் படத்தின் வசனம்தான் படம் சொல்லும் செய்தி.

சாராவுக்கு திருமணம் ஆகி விவாகரத்தும் முடிந்திருக்கிறது. இரண்டு பெண் குழந்தைகளோடு வாழ்கிறார். இயல்பிலேயே போராட்டகுணம் கொண்ட சாரா, அதை சமூக வாழ்க்கையிலும் காட்டுகிறார். அரசியலில் ஈடுபட்டிருக்கும் சாரா பலமுறை சமூகம் சார்ந்த போராட்டங்களில் பங்கு கொண்டுள்ளார். தனது கருத்துகளை தைரியமாக எடுத்துரைக்கும் அவரது குணம் பல எதிரிகளை அவ்வப்போது அவருக்குக் கொடுத்திருக்கிறது. ஆனாலும் சாரா அசருவதில்லை. ஒரு போராட்டத்தின்போது போலீசாரால் தாக்கப்பட்டு, தன்னுடைய இரண்டு பற்களையும் இழந்திருக்கிறார். ஒரு நடிகையாக, முகம் என்பது அவருக்கு முக்கியமானது. ஆனாலும்கூட தனது கொள்கைகளுக்காக அதைப்பற்றி கவலைப்படாமல் வீதிகளில் இறங்கிப் போராடிவருகிறார். மார்கரெட் அட்வுடின் *Alias Grace* என்கிற நாவல் இவரது திரைக்கதையில் நெட்ஃப்ளிக்ஸ் தளத்தில் தொடராக வெளிவந்துள்ளது.

சாரா பாலியின் திரைக்கதைக்கும் இயக்கத்திற்கும் அற்புதமான வெளிப்பாடாக *Women Talking* படம் வெளிவந்திருக்கிறது. சிறந்த திரைப்படம் மற்றும் சிறந்த தழுவல் திரைக்கதைக்கான ஆஸ்கர் விருதுகளை இந்தப் படம் பெற்றிருக்கிறது. நம்மால் நம்ப முடியாத யதார்த்தம் கொண்ட கதை இது. கனடிய எழுத்தளார் மிரியம் டேய்ஸ் எழுதிய நாவல் இது. வெளியுலகை சந்தித்திராத ஒரு காலனிப் பகுதியில் குடியிருக்கும் பெண்கள் தங்களுக்கு ஏற்படுகிற பாலியல் தொல்லையில் இருந்து விடுபடவேண்டும் என்று நினைக்கின்றனர். அதற்கு இருக்கும் ஒரே வழி அங்கிருந்து தப்பிப்பதுதான் என்று பெண்களில் ஒரு தரப்பும், அங்கேயே வாழ்ந்தாகவேண்டும் என்கிற மறுதரப்பும் உரையாடுவது தான் நாவல். ஒவ்வொரு பெண்களின் உளவியல் சிக்கல்கள்,

கொந்தளிப்புகள் என உரையாடலின் மூலமாக மட்டுமே கதை சென்று கொண்டிருக்கும். இதனை முன்வைத்து திரைக்கதை எழுதுவது என்பது சவாலானது. அந்தச் சவாலை சாரா பாலி அற்புதமாகக் கையாண்டிருக்கிறார்.

முதலில் இது போன்ற கதை நடந்திருக்கிறது என்பதை நம்ப வைக்க வேண்டும். பிறகு படம் முழுவதும் ஒரே விஷயத்தைப் பேசுவதனால் ஏற்படும் அலுப்புகளை சரி செய்ய வேண்டும். இதோடு கதைக்குத் தேவைப்படுகிற நம்பகத்தன்மையும் கொண்டு வர வேண்டும். இத்தனையையும் கையாண்டு திரைக்கதை எழுதி இயக்கியிருக்கிறார் சாரா பாலி. நிச்சயம், இந்தப் படம் உலகப் படங்களில் சிறந்ததொரு இடத்தைப் பெறுவதற்கான தகுதி கொண்டது.

தனக்குத் தோன்றும்போது அடுத்த படத்தை இயக்கப்போவதாக அறிவித்திருக்கிறார். எப்போது அவருக்குத் தோன்றினாலும் அவரால் நல்ல படைப்பையே தரவியலும். ஏனெனில், அவரே சொல்வதுபோல முடிவு குறுகலாக இல்லாத பரந்து விரிந்த உலகம் அவருடையது.

சாரா பாலி இயக்கியத் திரைப்படங்கள்

1. *Away from her (2006)*
2. *Take this waltz (2011)*
3. *Women Talking (2022)*

9. அபர்ணா சென்

இந்தியாவில் சிறந்த திரைப்படங்கள் தயாரிக்கப்படுகின்றன என்பதை அடிக்கடி உலகத்திற்கு நினைவுபடுத்துகின்றன வங்காளத் திரையுலகம். நாடகத்திலிருந்து தன்னை அதிகம் மாற்றிக்கொள்ளாத திரைப்படங்கள் மக்களிடையே பெரும் வரவேற்பைப் பெற்றுக் கொண்டிருந்த காலகட்டத்தில்தான் வங்காளத் திரையுலகம் புதிய திரைப்பட மொழியைத் தனதாக்கியது. அந்தத் திரைப்படங்கள் அரசியல் பேசின, சித்தாந்தங்களை விமர்சித்தன, அதிகமும் தணிக்கைத் துறைக்கு வேலை தந்தன.

ஆனாலும் கூட வங்காளத்தில் சொல்லிக் கொள்ளும்படி ஒரு பெண் இயக்குனர் உருவாவதற்கு தொண்ணூறு ஆண்டு காலம் ஆனது. மேற்கு வங்காளத்தில் முதல் திரைப்படம் 1890ல் எடுக்கப்பட்டது. 1980 - ல் அபர்ணா சென் *(Aparna Sen)* தனது

பிரபலமான *36, chowrangi lane* படத்தை இயக்குகிறார். இந்த முதல் படம் இந்தியா மட்டுமல்லாமல் வெளிநாடுகளிலும் கவன ஈர்ப்பைப் பெற்றது. வங்காளத்தினர் மட்டும் 'அபர்ணா இயக்கிய படமா இது? என்று கூடுதல் ஆச்சரியத்தை வெளிப்படுத்தினார்கள்.

ஏனெனில் அபர்ணா அப்போது நடிப்புலக 'சூப்பர் ஸ்டாராக' இருந்தவர். சத்யஜித்ரேயின் படத்தில்தான் அபர்ணா முதன்முதலாக நடித்தார். அப்போது அபர்ணாவுக்கு வயது 15. அபர்ணாவின் அப்பா சிதானந்தா தாஸ்குப்தாவும் சத்யஜித் ரேயும் நெருங்கிய நண்பர்கள். சிதானந்தா தாஸ்குப்தாவும் திரைப்பட இயக்குநர்தான். சிறந்த திரைப்பட விமர்சகர் என்று பெயர் வாங்கியவர். சத்யஜித் ரேயுடன் சேர்ந்து கல்கத்தா திரைப்பட சங்கம் அமைத்தவர். அபர்ணாவின் அம்மா திரைப்படங்களுக்கு ஆடை வடிவமைப்பாளராக இருந்தார்.

வங்காளத்தின் திரைப்பட மேதைகள் அனைவருடைய இயக்கத்திலும் அபர்ணா நடித்தார். இப்போது போலவே அப்போதும் ஒரு நடிகையின் வளர்ச்சி என்பது இந்திப் படங்களில் நடிப்பதை வைத்து கணக்கில் எடுத்துக் கொள்ளப்பட்டது. இந்திப் படத்தில் நடிக்கும் வாய்ப்பு அபர்ணாவைத் தேடி வந்தது.

இந்த வாய்ப்புகள்தான் அபர்ணாவை இயக்குநராக்கியது. வங்காளப் படங்கள் யதார்த்தமாக இருக்கும் அதே சமயம் அதன் படப்பிடிப்பும் கூட ஆர்ப்பாட்டமில்லாமலேயே நடைபெற்றுக் கொண்டிருந்தது. இதன் பின்னணியில் பழகிய அபர்ணாவால் இந்திப்படப் படப்பிடிப்பில் தன்னை இணைத்துக் கொள்ள முடியவில்லை. அதிகாலையிலேயே கதாநாயகிகளுக்கு ஒப்பனை செய்யவைத்து நீண்ட நேரக் காத்திருப்புக்கு பின் ஒரு 'ஷாட்' எடுக்கும் கலாசாரம் அபர்ணாவுக்கு புதிது. தினமும் இப்படியே சம்பவிக்கிறபோது வந்த சலிப்பை மறைக்க வேண்டி அவர் தனது வாழ்க்கையைக் குறித்து யோசிக்கத் தொடங்கினார். 'இப்படியே வாழ்நாளெல்லாம் நடித்துக் கொண்டே இருக்கப் போகிறோமா? 'ஆமாம்' என்றால் எனது தொழிலின் மேல் எனக்கு ஏன் சலிப்பு வருகிறது?" என்று கேள்விக் கேட்டுக் கொண்டார். தனது கவனம் திசைத்திருப்பப்பட வேண்டும் என்று அவருக்குத் தோன்றியது. சிறுகதை எழுதிப் பார்க்கலாமே என்று நினைத்ததின் பலனாக '*36, chowrangi lane*' கதையை உருவாக்கினார்.

கதை நன்றாக இருப்பதாகத் தோன்ற, அதை சத்யஜித் ரேயிடம் வாசித்துக் காண்பித்தார். இதைத் திரைப்படமாக்கலாம் என்று ரே யோசனை கூறினார். திரைக்கதையையும் அபர்ணாவே எழுதலாம் என்றார். உற்சாகமாகிவிட்டார் அபர்ணா. இந்தச் சிறுகதை அபர்ணாவின் பள்ளிப் பிராயத்தில் அவருக்கு ஆங்கிலம் கற்றுக் கொடுத்த ஒரு ஆசிரியைப் பற்றியது.

வயலட் என்கிற வயதான ஆங்கிலோ இந்தியப் பெண்மணி ஒரு பள்ளியில் வேலை பார்க்கிறார். பள்ளியும், சௌரங்கி பகுதியில் உள்ள வீடும்தான் அவரது தினப்படி இடங்கள். இவரின் தனிமையை விரட்டுவது வளர்ப்புப் பூனையும், ஷேக்ஸ்பியரின் நாடகங்களும்தான். வயலட்டின் வாழ்க்கையிலும் சுவாரஸ்யமான காலங்கள் வருகின்றன. வீட்டில் தன்னோடு தங்கிக் கொள்ள மணம் செய்துகொள்ளவிருக்கும் ஒரு காதல் தம்பதிக்கு அழைப்பு விடுக்கிறார். வயலட் பள்ளி சென்றிருக்கும் நேரத்தில் அந்தரங்கமாக இருக்கலாம் என்ற எண்ணத்திலேயே அவர்களும் இவரது வீட்டிற்கு வந்து சேருகின்றனர். அவர்கள் வந்தபிறகு வயலட்டின் பொழுதுகள் உற்சாகமாகின்றன. அவர்களோடு சேர்ந்து சமைப்பது, பேசுவது, விளையாடுவது, பாடுவது என உற்சாகமாக இருக்கிறார் அவர்களுக்குத் திருமணம் ஆகி தனி வீடு போகின்றனர். மீண்டும் வயலட்டிற்குத் தனிமை சூழ்கிறது. ஒரு கிறிஸ்துமஸ் தினத்தன்று தம்பதியினரைத் தன் வீட்டு தேநீர் விருந்துக்கு அழைக்கிறார். அவர்களோ தங்கள் வீட்டில் விருந்து ஏற்பாடு செய்திருக்கின்றனர். வயலட்டை அழைத்தால் அந்த விருந்தில் தனிமையாக உணர்வார் என்பதால் அவருக்கு சொல்லாமலேயே விருந்து ஏற்பாடுகளைச் செய்திருக்கின்றனர். இதனை மறைப்பதற்காக வேண்டி கிறிஸ்துமஸ் தினத்தன்று வெளியூருக்குச் செல்வதாக . வயலட்டிடம் சொல்லிவிடுகின்றனர். இந்தத் தம்பதியினருக்காக செய்த கேக்கை மட்டுமாவது கிறிஸ்துமஸ் தினத்தன்று சேர்த்துவிட வேண்டுமென்று அவர்கள் வீட்டுக்குச் செல்கிறார் வயலட். அங்கு போன பின்புதான் அவர்கள் தன்னிடம் பொய் சொன்னது தெரிய வருகிறது.

அங்கிருந்து கிளம்பும் வயலட் யாருமற்ற இரவில் கொல்கத்தா வீதியில் நடந்துவருகிறார் ஷேக்ஸ்பியரின் 'ஹாம்லெட்' வரிகளை உரக்க சொல்லியபடி. அவரின் அப்போதைய ஆப்த துணைகளாக காது கொடுத்து அவற்றைக் கேட்கின்றன தெரு நாய்கள்.

இதற்கான திரைக்கதை எழுதியவுடன் கோவிந்த் நிஹ்லானி இயக்க வேண்டும் என்று விருப்பம் கொண்டிருந்தார் அபர்ணா. ஆனால் அவரால் முடியாமல் போகவே தானே இயக்கினார். இது அவரைக் குறிப்பிடத்தக்க வங்காள இயக்குனர் பட்டியலில் சேர்த்தது. இதோடு சிறந்த இயக்குநருக்கான தேசிய விருதையும் அந்த ஆண்டு அவருக்குப் பெற்றுத் தந்தது.

தொடர்ந்து படங்களில் நடித்துக்கொண்டே திரைப்பட இயக்கத்திலும் தன்னை ஈடுபடுத்திக் கொண்டார். முதல் படத்திற்குப் பிறகு இரண்டு வருடங்கள் கழித்து அவர் இயக்கியது *PAROMA* திரைப்படத்தை. இந்தக்கதை அவருக்குத் தனது பள்ளிக் காலத் தோழியை சந்திக்கச் சென்றபோது தோன்றியது. அபர்ணாவின் பள்ளித் தோழி விளையாட்டிலும், மேடை நாடகங்களிலும் பிரபலமானவள். கட்டுரைப்போட்டி தொடங்கி எல்லாவிதமான போட்டிகளிலும் பரிசோடு வரும் ஒரு மாணவி. பிற்காலத்தில் அவள் உயர் பொறுப்புகளில் இருக்கப் போகிறாள் என்றே ஆசிரியர்களும், மாணவிகளும் கணித்து வைத்திருந்தனர். பாரம்பரியமான பின்னணி கொண்ட ஒரு குடும்பத்தில் அந்தத் தோழிக்குத் திருமணம் ஆனது. அதன்பின் அவளைப் பார்க்க அபர்ணா சென்றிருந்தபோது தன்னுடைய தோழி அங்கு மருமகளாக, இரு குழந்தைகளுக்குத் தாயாக, அண்ணியாக, பெரியம்மாவாக , கணவனுக்கு மனைவியாக மட்டுமே அடையாளம் காணப்படுவதைப் பார்க்கிறார். அவளுடைய அடையாளமாக இருந்த அனைத்துமே இந்த உறவுமுறைக்குள் காணாமல் போனதை அபர்ணா அதிர்ச்சியுடன் எதிர்கொள்கிறார். பெரும்பாலான இந்தியப் பெண்களுடைய நிலையும் இதுதான் என்பது அபர்ணாவுக்குத் தெரியுமென்றாலும் நேரடி சாட்சியைப் பார்த்த தாக்கத்தைக் கொண்டு *PAROMA* வை எழுதினார்.

வீட்டு வேலைகளை செய்வதன் மூலமாக குடும்பத்தினரைத் திருப்திபடுத்தும் பரோமாவுக்கு அதைத் தாண்டிய திறமைகள் இருக்கின்றன. ஆனால் அவை சுவர்கள் அடைத்த வீட்டுக்குள் செயலிழந்துவிடுகின்றன. ஒரே வட்டப்பாதையில் சுழலும் அவளது வாழ்க்கைக்குள் ராகுல் என்கிற புகைப்பட பத்திரிக்கையாளன் வருகிறான். தன்னுடைய கட்டுரை ஒன்றிற்காக பரோமாவை புகைப்படங்கள் எடுக்கின்றான். 'இந்தியக் குடும்பத் தலைவிகள்'

என்பது அவன் கட்டுரையின் மையம். பரோமாவை விட வயது குறைந்த அவன் மேல் பரோமாவுக்கு ஈர்ப்பு ஏற்படுகிறது. இது தெரியவந்ததும் கோபம் கொள்கிற கணவன் பரோமாவை வீட்டை விட்டு வெளியேற்றுகிறார். மனநிலை பாதிக்கப்படுகிறாள் பரோமா. அவள் நிலையறிந்து மருத்துவரின் ஆலோசனையின் பேரில் மீண்டும் தங்களுடன் வாழ வருமாறு அழைகின்றனர் கணவர் குடும்பத்தினர். மறுத்துவிடுகிற பரோமா இனி தான் சுயமாக வாழப்போவதாக சொல்கிறாள். அந்தப் புகைப்படங்கள் எடுக்கப்படும்போது ராகுல் கேட்கும் சில கேள்விகளுக்கு பதில் சொல்கிறாள் பரோமா. அந்தக் கணங்களில் தான் தன்னுடைய அடையாளத்தை அவள் மீட்டுக் கொண்டு வருகிறாள். படம் பார்க்கும் எவரும் தங்களைச் சுற்றியுள்ள பெண்களை நினைத்துக் கொள்ள வைக்கும் ஒரு படமாக அமைந்தது. அதுவே அபர்ணாவுக்கு பாராட்டையும் படத்தின் மூலம் பெற்றுத் தந்தது.

2000- ல் PAROMITAR EK DIN வெளிவருகிறது. மாமியார், மருமகள் உறவினை நேர்மறையாகக் கையாண்ட படம். கணவனுடன் மனச்சிக்கல் ஏற்பட்டாலும் மாமியாரிடம் நட்பாகப் பழகுகிறாள் மருமகள். ஒருகட்டத்தில் கணவனிடமிருந்து விவாகரத்துப் பெற்றுவிடுகிறாள் மருமகள். ஆனாலும் எப்போதும் போல் மாமியாரிடம் பழகிக் கொண்டிருக்கிறாள். மருமகளுக்கு வேறொருவருடன் திருமணம் நடக்கிறது. முன்பு போல முதல் கணவனின் அம்மாவிடம் பழக முடியாமல் போகிறது. தனது அன்பான சிநேகிதியான மருமகளை பிரிந்த மாமியார் படுக்கையில் விழுகிறாள். தனது புதிய உறவுகளை மீறித்தான் முதல் மாமியாருக்கு சேவகம் செய்கிறாள் மருமகள். மாமியாரின் தனிமையும், புதிய உறவுகள் சூழ இருந்தும் மருமகளுக்குள் இருக்கும் ஏக்கமும்தான் படத்தின் ஆதாரம். இந்தப் படத்தில் மாமியாராக அபர்ணா நடித்திருந்தார்.

இதன் பின் இவர் இயக்கியத் திரைப்படம் *'MR & MRS IYER'*. பனி படர்ந்த மலையில் இருக்கிற தனது அம்மா வீட்டிலிருந்து புகுந்த ஊரான சென்னையை நோக்கி கைக்குழந்தையோடு வருகிற மீனாட்சிக்கு வழித்துணையாக அமைகிறார் புகைப்பட நிபுணரான ராஜா. ராஜா ஒரு ஆண், அதோடு இஸ்லாமியர் என்பதாலும் அவரிடமிருந்து ஒதுங்கியே இருக்கிறாள் மீனாட்சி. ஆனால் மீனாட்சிக்கு தேவைப்படுகிற சிறு சிறு உதவிகளை ராஜா செய்ய

இருவருக்குள்ளும் நட்பு உருவாகிறது. பயணம் முழுக்கவே இந்து இஸ்லாமிய வெறுப்பு கலவரங்களை இருவரும் சந்திக்கின்றனர். இது ஆபத்தான பயணமாகவும் மாறிவிடுகிறது. இந்த நேரத்தில் இருவருக்குள்ளும் ஏற்படுகிற ஈர்ப்பு அதை இருவருமே லாவகமாய்க் கடப்பது என அனைவரின் மனதுக்குகந்த இந்தப் படம் அபர்ணாவை இன்னும் பிரபலமாக்கியது. இந்தியா முழுவதும் உள்ள வெகு ஜன மக்களை இந்தப் படம் அடைந்தது. இதற்கு மற்றொரு காரணம் ஆங்கிலத்தில் பெரும்பாலான வசனங்கள் அமைந்ததுதான். அபர்ணாவின் மகள் கொண்கனாசென் சர்மா மீனாட்சியின் கதாபாத்திரத்தில் நடித்திருந்தார்.

அபர்ணா *'ITI MIRNALINI'* படத்தை இயக்கப்போவதாகச் சொன்னதும் கூடுதலான எதிர்பார்ப்பு அந்தப் படத்தக்கு உருவாகிவிட்டது. காரணம் அது அபர்ணாவின் வாழ்க்கையில் நடந்த உண்மைச் சம்பவங்களை அடிப்படையாகக் கொண்ட கதை. அபர்ணாவுக்கு மூன்று திருமணங்கள் நடந்திருக்கின்றன. மூன்றுமே காதல் திருமணங்கள் தான் என்றபோதும் முதலிரண்டு திருமணங்களில் அதிகமும் தனிமையையே அனுபவித்திருந்தார்.

இளம் வயது மிர்னாளினியாக கொண்கனாவும், வயதான மிர்னாளினியாக அபர்ணாவும் நடித்த படம்.

மிர்னாளினி என்கிற புகழ்பெற்ற நடிகை ஒருவர் வயதான காலத்தில் தனிமையில் வசிக்கிறாள். தற்கொலை செய்துகொள்ளலாம் என்று முடிவு செய்கிறாள். அதற்கு முன்பாகத் தன்னுடைய வாழ்க்கையை அவள் திரும்பிப் பார்ப்பதுதான் கதை. கல்லூரியில் படிக்கும்போது சமூகப் போராட்டங்களில் பங்கெடுக்கும் மிர்னாளினி உடன் படிக்கும் மாணவனின் ஆவேசக் கருத்துகளால் அவனைக் காதலிக்கிறாள். கருத்துகளுக்கும், வாழ்க்கை ஓட்டத்திற்கும் தொடர்பில்லை என்று தெரிய வரும்போது அவனிடமிருந்து பிரிகிறாள். அதன் பின் நடிகையாகிறாள். இயக்குநர் ஒருவருடன் நட்பும் பின்பு காதலும் ஏற்படுகிறது. அந்தத் திருமணமும் தோல்வியில் முடிகிறது. அவர் மூலம் பிறந்த பெண் குழந்தையும் ஒரு விபத்தில் இறந்துபோகிறது.

சத்யஜித்ரே இறந்து போன செய்தி மிர்னாளினிக்குத் தெரிந்ததும், 'தான் நல்ல நடிகை என்று பெயரெடுத்தும் ரே தன் படங்களில் நடிக்கக் கூப்பிடவில்லை..இனி நடித்து என்ன பயன்? அதனால்

இனி தான் நடிக்கப்போவதில்லை' என்று அறிவிக்கிறாள். பல வருடங்களுக்குப் பிறகு ஒரு இளம் இயக்குநர் மிர்னாளினியை குந்தியாக நடிக்க அழைக்கிறார். ஒப்புக் கொள்கிறாள் மிர்னாளினி. இளம் இயக்குநருடன் அவளுக்கு காதல் ஏற்படுகிறது. பட வெளியீட்டு விழா அன்று தன்னை நாசூக்காக புறந்தள்ளிவிட்டு இளமையான கதாநாயகியை அனைவரும் கொண்டாடுவதைக் காண சகிக்காமல் போகிறது. இளம் இயக்குநரும் அந்தக் கதாநாயகியை ஈர்க்க பல்வேறு முயற்சிகளைச் செய்கிறார். இதெல்லாம் மிர்னாளினிக்கு வெறுப்பு ஏற்படுத்துகிறது.

மீண்டும் நடிப்பதிலிருந்து விலகுகிறாள். இறந்துபோகும் முடிவுக்கு வரும் மிர்னாளினி தன் மனதை மாற்றிக் கொள்கிறாள்.

அபர்ணாவின் வாழ்க்கையில் நடந்த பல சம்பவங்களின் தொகுப்பாகவே இந்தப் படம் இருந்தது. இந்தப் படம் முதன்முதலாக சென்னைத் திரைப்பட விழாவில் திரையிடப்பட்டது.

முப்பத்தைந்து வருடங்களாக தொடர்ந்து அபர்ணா சென் திரைப்படங்கள் இயக்கிவருவது இந்தியாவில் அசாதாரண நிகழ்வுதான். அவரின் ஆரம்ப காலப் படம்தொட்டு ஒவ்வொரு காலகட்டத்திலும் பெண்கள் சந்திக்கிற வெவ்வேறு வகையானப் பிரச்சனைகளையே தன் படைப்பின் மூலம் முன் வைக்கிறார். இதனை அவரின் *GOYNAR BAKSHO* படத்தில் ஒரு தொகுப்பாகப் பார்க்கலாம்.

ஷேக்ஸ்பியரின் 'ரோமியோ ஜூலியட்' நாடகத்தின் நவீன வடிவமாக *Arshinagar* என்கிறத் திரைப்படமாக இயக்கியிருக்கிறார் அபர்ணா சென். ஷேக்ஸ்பியரின் மேடை நாடகத்தை நவீன திரைப்படமாக மாற்ற முயன்ற அபர்ணாவின் முயற்சியின் விளைவை வங்காளத் திரையுலகம் மட்டுமல்லாமல் உலகத் திரைப்பட ரசிகர்களும் ஆவலாக எதிர்பார்த்திருந்தனர். ஏற்கனவே புகழ்பெற்ற, பலமுறைத் திரைப்படமாக்கவும் செய்திருந்த ஒரு நாடகம் அதன் செவ்வியல் தன்மையிலிருந்து மாறுபட்டுவிடக்கூடாது என்கிற கவனம் அபர்ணாவுக்கும் இருந்தது. அதே சமயம் தற்காலத்திற்கு ஏற்ற வடிவத்திற்கும் மாற வேண்டியிருந்தது. அதற்கு அபர்ணா மேற்கொண்டிருந்த ஒரு உபாயம் முன்னணியில் உள்ள இளம் நடிக, நடிகைகளைத் தேர்வு செய்திருந்தது. மிகுந்த எதிர்பார்ப்பிற்கிடையே படம் பார்த்த ரசிகர்கள் பலருக்கும் ஏமாற்றமாக இருந்தாலும்

கூட சர்வதேச அரங்குகளில் இந்தப்படமும் அபர்ணாவுக்கு நற்பெயரையே பெற்றுத் தந்திருக்கிறது.

தன்னுடைய படங்களில் நேரடியான அரசியல் கருத்துகளை முன்வைத்தப் படமாக *Ghawrey Bairey AAj* படத்தினை சொல்கிறார் அபர்ணா. தாகூரின் தீவிர வாசகியான அபர்ணா அவரது *Ghawrey Bairey* நாவலை சமகாலத் தன்மையோடு மறுஉருவாக்கம் செய்திருந்தார். பத்திரிகையாளர் கௌரி லங்கேஷின் படுகொலை அவருக்குள் ஏற்படுத்தியிருந்தத் தாக்கத்தினைப் படத்தில் பார்க்க முடியும்.

The Rapist திரைப்படம் 2021ல் வெளிவந்தது. இது போன்ற கதைகள் கொண்ட படங்கள் வெளிவந்திருக்கலாம். ஆனால் இந்தப் படம் முன்வைத்த பார்வை ஆழமானது. திருமணமான ஒரு பெண் பாலியல்ரீதியாக வன்புணர்வுக்கு ஆளாகும்போது அவளுக்கு ஏற்படுகிற மனநிலை, அவளுடைய கணவனுக்கு உண்டாகிற நெருக்கடிகள் இதோடு சமூகத்தில் எதிர்கொள்ளக்கூடிய கேள்விகள், அவதூறுகள்...என யதார்த்தத்துக்கு நெருக்கமாய் சொன்ன படம். இதோடு மட்டும் அபர்ணா நிறுத்திக் கொள்ளவில்லை. வன்புணர்வு செய்த குற்றவாளியின் பார்வையையும் முன்வைக்கிறார். ஏன் அவன் அப்படி நடந்து கொண்டான், அதற்கு அவனுக்கு இருந்த மனநிலை என்ன, அவனுடைய சமூகப்பின்னணி எப்படிப்பட்டது என்பதெல்லாம் சேர்த்து மூவரின் கண்ணோட்டத்தினை படம் பேசுகிறது.

ஒரு குடும்பத்தின் மூத்தத்தலைமுறை பெண் அடுத்தத்தலைமுறைப் பெண்களை தனது அனுபவத்தின் சாட்சியோடு வழிநடத்துவது போலவே இவரது பெரும்பாலான படைப்புகள் அமைந்திருக்கின்றன.

தனிமை உணர்வில் சிக்கிக்கொள்ளும் பெண்கள்தான் அபர்ணா சென்னின் படங்கள் முழுக்கவுமே வருகிறார்கள். தாங்கள் தேர்ந்தெடுத்த வாழ்க்கையும், விதிக்கப்பட்ட வாழ்க்கையிலும் பெண்களுக்கு நேருகிற தனிமையை அவரின் படங்கள் விரிவாக்குகின்றன.

பெண்களுக்கு துணை ஒன்று வேண்டும் என்ற அர்த்தத்தில் செய்யப்படும் திருமணங்கள் கூட அவர்களது தனிமைக்கு எப்போதும் தீர்வாக இருந்துவிடுவதில்லை என்பதே இவரது பெரும்பாலான படங்கள் சொல்கின்றன. உலகம் முழுமைக்குமான

பெண்களின் மனஆழத்தின் குரலாக ஒலிப்பதாலேயே அபர்ணாவின் படங்கள் அனைத்துமே சர்வதேச அளவில் அங்கீகாரமும், வரவேற்பும் பெற்றுவருகின்றன.

அபர்ணா சென் இயக்கியத் திரைப்படங்கள்

1. *36, Chowringhee lane (1981)*
2. *Paroma (1984)*
3. *Sati (1989)*
4. *Yugant (1995)*
5. *Paromitar Ek Din (2000)*
6. *Mr.and Mrs Iyer (2001)*
7. *15 Park Avenue (2005)*
8. *The Japanese wife (2010)*
9. *Iti Mirnalini (2011)*
10. *Goynar Baksho (2013)*
11. *Arshinagar (2015)*
12. *Sonata (2017)*
13. *Ghawrey Bairey AAj (2019)*
14. *The Rapist (2021)*

10. லோன் ஸ்கெர்ஃபிக்

ஐரோப்பிய ஐக்கிய நாடுகளில் உள்ளங்கை அளவுள்ள நாடு டென்மார்க். இங்குள்ள மக்கள்தொகை சில கோடிகளில் அடங்கி விடுகிறது. இந்தக் கோடிகளில் ஒருவராய் முன்நிற்கிறார் லோன் ஸ்கெர்ஃபிக் *(Lone Scerfig)*. உலகத் திரைப்பட ரசிகர்களுக்கு இவர் பெயர் மிகவும் பரிச்சயம்.

ஸ்கெர்ஃபிக்கின் வயது எழுபதைக் கடந்துவிட்டது. இதுவரை அவர் எடுத்த திரைப்படங்களின் எண்ணிக்கை எட்டு. இது ஒரு நிதானமான ஓட்டம். ஓட்டத்தின் நடுவில் இளைப்பாறுவதற்காக தொலைகாட்சித் தொடர்களை இயக்குகிறார். அவை அனைத்துமே பெருமளவு வரவேற்பு பெற்று வருகின்றன.

டானிஷ் திரைப்படக் கல்லூரியில் பட்டப்படிப்பை படித்து முடிக்கும்போது அவருக்குத் தொலைகாட்சித் தொடர் இயக்கும் வாய்ப்பு கிடைக்கிறது. அந்தத் தொடரை வெற்றிப் பெறச் செய்கிறார். அடுத்தடுத்து விளம்பரப்படங்களை எடுக்கும் சூழல் அமைகிறது. இவருடைய விளம்பரப்படங்கள் சர்வதேச விருதுகளை இவருக்குப் பெற்றுத் தந்திருக்கின்றன.

தொடர்ந்து சில குறும்படங்களை இயக்குகிறார். ஒவ்வொன்றுமே அவருக்குள் திரைப்படம் இயக்கும் கனவினை தூண்டிக் கொண்டே இருந்திருக்கிறது. அப்போதெல்லாம் டென்மார்க்கில் திரைப்படம் எடுப்பதென்பது சாத்தியமற்ற செயல் ஒன்றுமில்லை தான். வன்முறை, அபத்தமான வசனங்கள், இதோடு பாலியல் காட்சிகள் இவற்றைக் கலந்து ஒரு குடுவைக்குள் போட்டு குலுக்கி அப்படியே பார்வையாளர்களிடம் தந்துவிடலாம். இது தான் திரைப்பட ரசனை என்று அறியப்பட்டிருந்தது. இந்த ரசனை ஸ்கொர்ஃபிக்கிற்கு எப்போதுமே ஒவ்வாமையைத் தந்து கொண்டிருந்தது.

இவரைப் போலவே டென்மார்க் ரசிகர்களும் ஒரே விதமான அலுப்பூட்டும் படங்களைப் பார்த்து சலித்துப் போயிருந்தனர். கலைஞர்கள் யாவரும் அடிப்படையில் ரசனையாளர்களாகத் தானே இருக்க முடியும். அதனாலேயே டென்மார்க்கில் ஒரு ரசிகர் கூட்டம் திரைப்பட இயக்கமாக மாறியது. அந்த இயக்கத்திற்கு *DOGME 95* என்று பெயர். இன்றளவும் உலகமெங்கும் செயல்படுகிற திரைப்பட இயக்கங்களில் முக்கியமான இடத்தை *DOGME 95* பிடித்திருக்கிறது.

திரைப்படம் என்பது ஒருவரின் கற்பனையும், கனவும் கலந்தது. அதற்கு செயற்கைச் சாயம் எதுவும் பூசத் தேவையில்லை என்பது தான் இந்த இயக்கத்தின் மையச் சரடு. இதில் தன்னை இணைத்துக் கொண்டார் ஸ்கொர்ஃபிக். இந்த இயக்கத்தைச் சேர்ந்தவர்கள் திரைப்படம் இயக்கினால் எந்த விதத்தில் இருக்கும் என்று தெரிந்தே மக்கள் திரையரங்குகளுக்கு வரத் தொடங்கினார்கள். ஆனால் விருப்பத்துடன் வந்தார்கள்.

DOGME 95 இயக்கத்திற்கென்று வலுவான கொள்கைகள் இருந்தன. நடிகர்களை மட்டுமே முன்னிலைப்படுத்தும் எந்தவொரு சங்கதியும் திரைப்படத்தில் இருக்காது. அடுத்ததாக, நடிப்பவர்களில் யாருக்கும்

ஒப்பனை செய்வதில்லை. அவர்களின் இயல்பான முகங்களைத் தான் காட்டுவார்கள். 'படப்பிடிப்புத்தளத்தில் ஏதாவது பேசி நடித்துவிடுங்கள், 'டப்பிங்'கில் பார்த்துக் கொள்வோம்' என்ற பேச்சுக்கே இடமில்லை. படப்பிடிப்பின்போது நேரடி ஒலிப்பதிவு மட்டுமே. இசையைப் பொறுத்தவரை தேவையான இடங்களில் மட்டுமே இசைக்கப்படும். இசைக்கருவிகளை சும்மாவேனும் உருட்டித் தள்ளுகிற போக்கினைக் கடைப்பிடிப்பதில்லை.

அடுத்தது, கேமரா கருவி தேவையானதை மட்டுமே உள்வாங்கும். பெரிய திரை என்பதால் அதை நிரப்புவதற்காக எல்லாவற்றையும் காட்டிக் கொண்டு இருக்காது. அதனால் செயற்கையான ஒளியமைப்பு எனபதையும் தவிர்த்துவிடுவார்கள். மொத்தத்தில் ஒரு திரைப்படம் எடுப்பதென்பது கற்பனை வளம் உள்ள எல்லோருக்கும் சாத்தியமாகும் ஒரு கனவு என்பதை *DOGME 95* இயக்கத்தினர் செயலில் காட்டினார்கள்.

இது மிகப்பெரிய தாக்கத்தை டென்மார்க்கில் ஏற்டுத்தியது. நம்பிக்கையோடு பலர் இதில் இணைந்தார்கள். மிகப்பெரிய ஸ்டுடியோக்கள் காணாமல் போயின. படம் எடுக்க விரும்புகிறவர்கள் 16எம்எம் கேமராவைக் கொண்டு வந்து அவர்கள் தங்கியிருக்கும் தெருக்களிலே கூட படப்பிடிப்பை நடத்திக் கொண்டிருந்தனர். ஸ்கெர்ஃபிக்கிற்கு இந்த சுதந்திர வெளி பிடித்திருந்தது. விளம்பரப்படங்கள், தொலைக்காட்சித் தொடர்கள் என ஏற்கனவே இயக்குநராக பணிபுரிந்திருந்த போதும் கூட திரைப்படம் இயக்குவதற்கு முன்பாக உதவி இயக்குநராய் வேலை பார்த்தார். அதன் பிறகு திரைக்கதை மேற்பார்வையாளராக சிறிது காலம் தன்னை ஈடுபடுத்திக் கொண்டார். திரைப்படத் துறையின் ஒவ்வொரு அங்குலத்தையும் கற்றுத் தெரிந்த பிறகே முதல் படத்தை இயக்கினார்.

அவருடைய முதல் படமான *'Kaj's fodselsdag'* வெளிவந்து அவருக்கு நல்ல விமர்சனங்களைப் பெற்றுத் தந்தது. அதன் பின் மீண்டும் பத்து வருடங்கள் தொலைகாட்சித் தொடர் இயக்குனராக இருந்த ஸ்கெர்ஃபிக் 2000-வது ஆண்டில் எடுத்தப் படம் *'Italian for Beginners'*. இந்தப் படம்தான் ஸ்கெர்ஃபிக்கின் முதல் படமாக அடையாளப்படுத்தப்படுகிறது.

DOGME 95 இயக்கத்தின் கொள்கைப்படி குறைந்த செலவில் யதார்த்த

நோக்கோடு எடுக்கப்பட்ட படம் இது. ஆனால் இதில் ஸ்கெர்ஃபிக் ஒரு ஆச்சரியத்தை வைத்திருந்தார். தீவிரமான பிரச்சனைகளை பேசுகிற கதையாக இருந்தாலும் சிரித்துக் கொண்டே நாம் பார்க்கக்கூடிய விதத்தில் திரைக்கதையை அமைத்திருந்தார். *DOGME 95* படங்கள் எல்லாமே தீவிரத்தன்மையோடு தான் இருக்க முடியும் என்கிற விதியை முதலில் மாற்றி அமைத்தவர் ஸ்கெர்ஃபிக் தான். படம் எடுக்க மொத்தமே ஆறு லட்சம் டாலர்களே ஆனது. ஆனால் வருமானமோ மூன்று மடங்காக திரும்பியது. அதுவரை வெளிவந்திருந்த ஸ்கான்டிநேவிய மொழிப் படங்களில் அதிக வசூலைப் பெற்றுத் தந்த சாதனையைச் செய்திருந்தது *'Italian for Beginners'*. இந்தப் படம் இவருக்கு சர்வதேச அளவில் இருபது விருதுகளைப் பெற்றுத் தந்திருந்தது.

அடுத்த இரண்டு ஆண்டுகளில் *'Wilbur wants to kill himself'* படத்தை இயக்கினார். அம்மாவின் இறப்புக்குக் காரணமாகிவிட்ட குற்றஉணர்வோடு தற்கொலையை பலவிதங்களில் நாடும் வில்பர் என்பவன் சகோதரன் ஹார்பரோடு வாழ்கிறான். இவர்களுடைய குடும்பத் தொழில் என்பது பழையப் புத்தகங்களை விற்பது. இவர்களுக்கு அறிமுகமாகும் ஆலிஸ் மருத்துவ செவிலி. அவள் பணி செய்யும் மருத்துவமனையில் அனுமதிக்கப்படும் நோயாளிகள் புத்தகங்களை விட்டுச் சென்றால் அதை இந்த சகோதரர்களின் கடையில் விற்றுவிடுவாள். இதனால் அடிக்கடி கடைக்கு வரும் ஆலிசுக்கும் ஹார்பருக்குமிடையில் காதல் வருகிறது.

ஆலிசுக்கு முதல் திருமணத்தின் மூலம் மேரி என்கிற ஆறு வயது குழந்தை இருக்கிறது. ஹார்பருக்கும், ஆலிசுக்கும் திருமணம் நடக்கிறது. கார்பர், வில்பர், ஆலிஸ், மேரி நால்வரும் ஒரே வீட்டில் வாழ்கிறார்கள். சந்தோஷமாக எல்லாம் போய்க் கொண்டிருக்கிறது. வில்பர் மட்டும் அவ்வப்போது தற்கொலை முடிவை நெருங்குவான். பிறகு காப்பாற்றப்படுவான்.

இப்படியாகப் போய்க் கொண்டிருக்கும் நேரத்தில் ஹார்பருக்கு புற்றுநோய் இருப்பது தெரியவருகிறது. இதை அவன் யாரிடமும் சொல்லாமல் மறைத்திருப்பான். மரணத்தை அடையத் துடிக்கும் வில்பரும், மரணத்தை நெருங்கவிடாமல் போராடும் ஹார்பரையும் ஆலிஸ் சமாளிக்கும் விதத்தைத்தான் ஸ்கெர்பிக் படமாக எடுத்திருந்தார். முரணான கதாபாத்திரங்கள் சேர்த்து

வாழ்கிறபோது எடுக்கிற முடிவுகள், அதன் விளைவுகள் என கத்தி மேல் நடக்கக்கூடிய வித்தையை சொல்லும் கதை தான் என்றாலும் ஸ்கெர்பிக் இந்தப்படத்தையும் மெல்லிய நகைச்சுவை இழையோட நமக்குக் காட்டுகிறார்.

தொடர்ச்சியான வரவேற்புகளை இவரது படங்கள் பெற்றபோதும் கூட ஒவ்வொரு படத்தையும் இயக்குவதற்கு நீண்ட கால இடைவெளியை எடுத்துக் கொண்டார். இதற்குக் காரணம் அவர் தனக்கு ஏற்றதாக நம்புகிற கதையைத் தேர்ந்தெடுக்க நினைப்பதுதான். அப்படியான ஒரு நாவலை அவர் அடுத்ததாக படமெடுக்க விரும்பினார். இதற்காக இங்கிலாந்துக்கு பயணமானார் ஸ்கெர்ஃபிக்.

நிக் ஹார்ன்பி என்கிற புகழ்பெற்ற நாவலாரிசிரியரின் நாவலைத் தழுவி எடுக்கப்பட்ட படம். அறுபதுகளில் வாழ்ந்த ஒரு பள்ளி மாணவியைப் பற்றிய கதை இது.

ஆக்ஸ்போர்ட் பல்கலைகழகத்தில் மேற்படிப்பு படிக்கவேண்டும் என்று அம்மா அப்பாவால் தூண்டப்படுகிறாள் ஜென்னி என்கிற மாணவி. ஒருநாள் மழைப்பொழுது ஒன்றில் பேருந்துக்காக காத்திருக்கும் நேரத்தில் அவளருகில் ஒரு 'ஸ்போர்ட்ஸ் கார்' வந்து நிற்கிறது. அதிலிருந்து இறங்கும் கம்பீரமான ஆண் ஒருவர் அவளைத் தன்னுடன் காரில் வருமாறும், அவள் வீட்டில் இறங்கிக் கொள்ளலாம் என்றும் அழைக்கிறார். மறுக்கிறாள் ஜென்னி. அவர் கார் ஓட்டிக்கொண்டே மழையில் நடந்து வரும் ஜென்னியிடம் பேசுகிறார்.

அவரது பேச்சும், நடத்தையும், இசை பற்றிய உரையாடல்களும் ஜென்னியைக் கவர்ந்துவிடுகிறது. டேவிட் என்கிற முப்பது வயது கடந்த அந்த மனிதரை அடிக்கடி சந்திக்கும் சந்தர்ப்பங்களை உருவாக்கிக் கொள்கிறாள். டேவிட் காட்டும் உலகம் ஜென்னியை வசீகரம் செய்கிறது. டேவிட்டால் சுலபமாக ஜென்னியின் பெற்றோரைத் தன் பக்கம் ஈர்க்க முடிகிறது. டேவிட்டின் தொழில் போன்றவை ஜென்னிக்கு சிறிது உறுத்தல்களைத் தந்தாலும் கூட அதைப் பற்றியெல்லாம் யோசிக்க விடாமல் அவளது பதின்பருவ ஆசைகள் அவளை வழிநடத்துகின்றன. படிப்பில் ஆர்வம் குறைகிறது. தன்னைத் திருமணம் செய்து கொள்ளும்படி டேவிட் ஜென்னியைக் கேட்க அவள் சம்மதிக்கிறாள்.

ஆக்ஸ்போர்ட் பல்கலைகழகத்தில் சேரவேண்டும் என்கிற துடிப்புடன் படித்துவந்த மாணவி படிப்பை புறந்தள்ளுகிறாள் என்பது அவளுடைய ஆசிரியைக்கும், தலைமையாசிரியைக்கும் வேதனையைத் தருகிறது. ஜென்னிக்கு ஆலோசனைகளையும், அறிவுரைகளையும் தருகிறார்கள்.

ஜென்னி எதையும் கேட்கும் நிலையில் இல்லை. மாறாக, "நீங்கள் எல்லாம் படித்து என்ன சாதித்து விட்டீர்கள்? உலகத்தைச் சுற்றி வருவது, விதவிதமான உணவுகளை ருசிபார்ப்பது, பல மனிதர்களை சந்திப்பது.. இவை எல்லாவற்றையும் நீங்கள் அனுபவித்திருந்தால் தானே தெரியும்" என்று ஏளனமாகப் பேசுகிறாள். 'பட்டுத் திருந்துவாள்' என்று அவர்கள் அவளைக் கைவிடுகிறார்கள். ஜென்னியும் பட்டே திருந்துகிறாள். டேவிட்டிற்கு ஏற்கனவே திருமணமாகி ஒரு குழந்தையும் இருப்பது தெரிய வருகிறது. இதனால் டேவிட்டிடம் வாக்குவாதம் செய்கிறாள். அதன்பின் டேவிட் ஜென்னியை சந்திக்க வருவதேயில்லை.

ஆக்ஸ்போர்ட் கனவினை மீண்டும் உயிர்ப்பித்துக் கொண்டு பெற்றோர், ஆசிரியர்கள் உதவியோடு நிறைவு செய்துவிடுகிறாள். விசாலமான உலகத்தைத் திறந்து வைத்திருக்கும் ஆக்ஸ்போர்ட் பல்கலைகழகத்திற்குள் நுழைவதற்கு முன்பு தெளிவான ஒரு பாடத்தை நடத்தித் தந்ததற்காக டேவிடுக்கு அவள் மனதிற்குள் நன்றி சொல்வதாக முடிகிறது திரைப்படம்.

இந்தப்படம் அதுவரை இல்லாத அளவுக்கு பெயரையும், புகழையும் ஸ்கெர்ஃபிக்குப் பெற்றுத் தந்தது.

எந்த ஒரு கதாபாத்திரத்துக்கும் ஒரே மாதிரியான வர்ணம் பூசாமல் அவர்களின் இயல்பை அப்படியே வெளிக்கொண்டு வந்தது தான் இந்தப் படத்தின் சிறப்பு. 'நான் தான் சின்னப்பெண் இப்படி ஏமாந்துவிட்டேன். நீங்கள் என்னுடைய பெற்றோராக பொறுப்புடன் நடந்த கொண்டீர்களா" என்று ஏமாற்றப்பட்ட ஜென்னி கேட்கும்போது உடைந்து போகிறார்கள் அவளது பெற்றோர். அன்றைய தினம் ஜென்னியிடம் மூடப்பட்ட அவளது அறைவாசலின் வெளியில் நின்று பேசுகிறார் அவளுடைய அப்பா. அதனைக் கேட்டு ஜென்னி கதறுகிறாள். அதுவரை ஜென்னியின் அப்பா பற்றி நமக்கிருந்த எண்ணங்களும் கூட மாறுகின்றன.

அடுத்து வந்த ஸ்கெர்ஃபிக்கின் *ONE DAY* என்கிற படம்

மனித உறவுகளின் சிக்கலைப் பேசக்கூடியதாக அமைந்தது. நண்பர்களாகவே வாழ வேண்டும் என்று விரும்பும் டெக்ஸ்டர் மற்றும் அவனுடைய தோழி எம்மாவுக்கும் இடையில் பதினெட்டு வருடங்களாக தொடரும் உறவுச்சிக்கல்களை சொல்கிற படம். சுயநலத்தை மட்டுமே அடிப்படையாகக் கொண்ட டெக்ஸ்டருக்கு வாழ்க்கை சிறப்பான பாடத்தைக் கற்றுக்கொடுக்கிறது. தன்னுடைய வாழ்க்கைக்கான சிறிய ஆதாரத்தையும் தானே முனைத்து உருவாக்கிக் கொள்ளும் எம்மாவின் பாத்திரப்படைப்பு அற்புதமானது. இருவரும் இவர்கள் குணத்தினாலேயே நண்பர்களாகவும் இருக்கிறார்கள். விலகி ஓடவும் செய்கிறார்கள். இந்தப் படம் ஒரு நிறைவைத் தருகிறது என்பதே இதன் பார்வையாளர்களின் கருத்தாக இருந்தது.

அதுவரை உறவுகளைப்பற்றியும், அதன் சிக்கல்களையுக் குறித்தும் இயக்கிய ஸ்கொர்ஃபிக் முதன்முறையாக அரசியல் பேசும் THE RIOT CLUB என்கிற படத்தையும் இயக்கியிருக்கிறார். இதுவும் அவருக்கு கூடுதல் மரியாதையைப் பெற்றுத் தந்திருக்கிறது.

இரண்டாம் உலகப்போரின் பின்னணியில் 2009ஆம் ஆண்டு எழுதப்பட்ட Their Finest என்கிற நாவலை அடிப்படையாகக் கொண்டு எழுதப்பட்ட திரைக்கதைக்கு யாரை இயக்குநராக்குவது என்று டிஸ்னி நிறுவனம் யோசித்துக் கொண்டிருந்த சமயம் அவர்களுக்கு ஸ்கொர்ஃபிக் இயக்கிய முந்தைய திரைப்படங்கள் நம்பிக்கைத் தந்திருந்தன. நாற்பதுகளின் கதைக்களம்,இரண்டாம் உலகப்போரை மையமிட்டு இதற்கு முன்பு வெளிவந்த திரைப்படங்கள் என பல சவால்களை ஸ்கொர்ஃபிக் சந்திக்க வேண்டியிருந்தது. ஆனாலும் அவற்றை வெற்றிகரமாகவே எதிர்கொண்டிருக்கிறார் ஸ்கொர்ஃபிக். படத்திற்குக் கிடைத்துள்ள வரவேற்பும் அதையே உறுதி செய்கிறது.

"இயக்குநர் என்பவர் சில நேரங்களில் எல்லைகளுக்குட்பட்டு வேலை செய்ய வேண்டியிருக்கும். பியானோ கட்டைகளில் குறிப்பிட்ட சில ஸ்வரங்களுக்குள் இசை அமைக்க வேண்டும் என்று சொல்லப்படும் நிலை போன்றது அது. ஒவ்வொரு படமாக இயக்கும்போது தான் நமது ஆற்றல் முழுமையானதாக வெளிப்படும் சந்தர்ப்பங்கள் உருவாகும்" என்பது ஸ்கொர்பிகின் அனுபவம்.

பெண் இயக்குவதால் எதையும் சமரசம் செய்து கொள்ளத் தேவையில்லை என்பதே ஸ்கெர்ஃபிக் தனது படங்கள் மூலமாகச் சொல்லும் செய்தி. அதோடு வலிந்து கருத்துகளைத் திணிக்காத உலகியல் பார்வையும் அவருடைய படங்களில் நாம் கண்டுகொள்ளும் சிறப்பாக இருக்கிறது.

லோன் ஸ்கெர்ஃபிக் இயக்கியத் திரைப்படங்கள்

1. *Italian for beginners (2000)*
2. *Wilbur Wants to kill himself (2002)*
3. *Just like home (2007)*
4. *An Education (2009)*
5. *One Day (2011)*
6. *The Riot Club (2014)*
7. *Their Finest (2016)*
8. *The Kindness Of Strangers*
9. *The Movie Teller*

11. மெர்சியா மெஷ்கினி

ஆண்கள் விளையாடும் கால்பந்தாட்ட போட்டியைப் பார்ப்பதற்குச் சென்ற காரணத்திற்காகவே கைது செய்யப்பட்ட பெண்கள் ஈரானில் இருக்கிறார்கள். தலையைச்சுற்றி முக்காடு போட்டுக்கொள்ள மறந்த பெண்ணை விவாகரத்துசெய்த கணவனும் அந்த நாட்டில் உண்டு. பெண்கள் என்ன படிக்கவேண்டும் என்பதை அங்கு அரசுதான் தீர்மானிக்கிறது. இப்படி வீட்டுச் சிறையில் அடைக்கப்பட்டிருக்கும் பெண்கள்போலவே அந்த நாட்டுக்குள் பெண்கள் வாழ அனுமதிக்கப்பட்டிருக்கிறார்கள். ஒரே ஆறுதல், மற்ற சில பழமைவாத நாடுகள்போல் அல்லாமல் சிறையின் கதவுகள் மூடப்பட்டிருந்தாலும் ஜன்னல்கள் அவர்களுக்கு சிறிதாவது திறந்திருக்கின்றன. இந்த இடைவெளிக்குள்தான் தங்களை நிரூபித்துக் கொண்டிருக்கிறார்கள் ஈரானியப் பெண் இயக்குநர்கள். விரல்விட்டு எண்ணக்கூடிய அளவில்தான் ஈரானில் பெண் இயக்குநர்கள் சர்வதேச கவனம் பெற்றிருக்கிறார்கள்.

இவர்களில் ஒருவர் மெர்சியா மெஷ்கினி.

ஈரானின் புகழ்பெற்ற இயக்குநர் மோசென் மக்மல்பஃப்பின் மனைவி. அதோடு, மக்மல்பஃப் நடத்தும் சினிமாப் பள்ளியின் முதல் மாணவியும்கூட. ஈரானைப் பொருத்தவரை, சுயமரியாதையுள்ள ஒரு படைப்பாளி திரைப்படமெடுப்பதென்பது போர்க்களத்தில் களமாடுவதைப் போன்றதொரு அனுபவம். பெண் இயக்குநர்கள் என்றால் ஆயுதமேதுமின்றி போர்க்களத்தில் நிற்பதற்கு ஒப்பானது.

இதுவரை மெர்சியா மெஷ்கினி இயக்கியப் படங்கள் இரண்டு. இந்த இரண்டுமே சர்வதேச அளவில் அவருக்கு வலுவான அங்கீகாரத்தைப் பெற்றுத் தந்திருக்கிறது.

முதல் படமான *'The Day I became a Woman'* பல திரைப்பட விழாக்களில் பங்கேற்றபோது அதைப் பார்த்தவர்கள், அதன் பாதிப்பில் இருந்து வெளிவர நேரம் எடுத்துக்கொண்டார்கள்.

மூன்று பெண்களின் கதைகளைச் சொல்கிறது *'The day I became a woman'*. ஹவா என்ற சிறுமியின் கதைதான் முதல் தொடக்கம். அன்று அவளுக்குப் பிறந்ததினம். வழக்கம்போல் தன் நண்பனுடன் விளையாடுவதற்கு கிளம்புகிறாள். கிளம்பும் அவளைத் தடுத்து நிறுத்தி 'இன்றோடு உனக்கு ஒன்பது வயது முடிகிறது. இன்றிலிருந்து நீ பெண்ணாகிவிட்டாய். இனி, நீ விளையாடப் போகக்கூடாது' என்கிறார்கள் அவளது அம்மாவும், பாட்டியும்.

ஹவாவிற்குத் திடீரென்று ஒரு கேள்வி எழுகிறது.

"பாட்டி நான் எத்தனை மணிக்குப் பிறந்தேன்?"

"மதியம் ரெண்டு மணிக்கு."

"அப்படின்னா ரெண்டு மணிக்குத்தானே எனக்கு பத்து வயசு தொடங்கும். அதுவரை நான் விளையாடட்டுமா?" என்று கேட்கிறாள்.

"ரெண்டு மணியோட விளையாட்டை நிப்பாட்டிறனும்" எனக் கேள்வியின் நியாயம் உணர்ந்து சம்மதிக்கிறாள் பாட்டி.

ஆனால், ரெண்டு மணி ஆனதை எப்படித் தெரிந்துகொள்வது என ஹவாவிற்கு குழப்பம் வருகிறது. உடனே பாட்டி ஒரு குச்சியை அவளிடம் கொடுத்து விளையாடும் இடத்தில் நட்டுவைக்கச் சொல்கிறாள். அந்தக் குச்சியின் நிழல் காணாமல் போகும்போது

விளையாட்டை நிறுத்திவிட வேண்டும் என்கிறாள். ஹவா மகிழ்ச்சியாக அந்தக் குச்சியுடன் நண்பன் வீட்டிற்குச் செல்கிறாள்.

அங்கு நண்பனது அம்மா அவனை உள்ளே வைத்துப் பூட்டிவிட்டு வெளியில் சென்றிருக்கிறாள். ஹவாவிற்கு ஏமாற்றமாகிவிடுகிறது. இருவரும் ஜன்னல் வழியாகப் பேசிக்கொள்கிறார்கள். அவன் அவளைக் கடற்கரையில் போய் அமர்ந்திருக்குமாறும், தான் எப்படியாவது வந்துவிடுவேனென்றும் சொல்கிறான்.

ஹவாவும் கடற்கரையில் அவனுக்காகக் காத்திருக்கிறாள். குச்சியின் நிழல் ஒடுங்கிக்கொண்டே போகிறது. அவன் வரவேயில்லை. மீண்டும் அவன் வீடு நோக்கிச் செல்கிறாள். அவன் பூட்டப்பட்ட வீட்டிற்குள்ளாகவே இருக்கிறான். ஹவா ஒரு குச்சிஐஸை வாங்குகிறாள். ஒரே ஐஸை இருவரும் மாறிமாறி சுவைக்கிறார்கள். இது இருவருக்குள்ளும் சிரிப்பை வரவழைக்கிறது. அந்தக் கணத்தின் ருசியை இருவரும் முழுமையாக அனுபவிக்கிறார்கள்.

ஹவாவின் அம்மா வருகிறாள். ஹவாவின் தலையில் முக்காட்டினைப் போட்டு அழைத்துச் செல்கிறாள். இனி விளையாடுவதற்கு வரயியலாத தன் தோழியை ஜன்னல்வழியே பார்த்தபடி நிற்கிறான் அவள் நண்பன். ஹவா நட்டுவைத்த இடத்தில் குச்சி நிழலின்றி தனியே நின்றுகொண்டிருக்கிறது.

இரண்டாவது கதை தொடங்குகிறது.

பாலைவனம் போன்ற மரங்களற்ற இடத்தில் குதிரையில் ஒருவன் கத்திக்கொண்டே வருகிறான். 'ஆஹூ' என்று அவன் அழைக்கும் சப்தம் அங்கு எதிரொலிக்கிறது. தூரத்தில் ஒரு கரும்புகையைப்போல எதுவோ நகர்கிறது. குதிரையில் வருபவன் அதை நோக்கிச் செல்கிறான். அந்த கரும்புகை, பர்தா அணிந்த பெண்கள் என்று நமக்குத் தெரியவருகிறது. அந்தப் பெண்கள் சைக்கிள் ஓட்டிக் கொண்டிருக்கிறார்கள்.

அது ஒரு சைக்கிள் பந்தயம். அந்த ஓட்டத்தில் தன்னை இணைத்துக் கொண்டிருக்கிறாள் ஆஹூ. இருபது வயது இருக்கும் அந்தப் பெண் ஆஹூவிற்கு. உறுதியுடன் சைக்கிளை அழுத்திக்கொண்டு போகிறாள். குதிரையில் வருபவன் அந்தக் கூட்டத்தில் தன் மனைவியான ஆஹூவைக் கண்டுகொள்கிறான்.

'ஆஹூ உடனே வீட்டுக்கு வா. இல்லையென்றால் உன்னை

விவாகரத்து செய்துவிடுவேன். ஏன் இந்த சைத்தான் வாகனத்தில் அமர்ந்திருக்கிறாய்? என்று கேட்டுவிட்டு, பந்தயத்தில் பங்கு கொண்டிருக்கிற மற்ற பெண்களைப் பார்த்து, “உங்களுக்கெல்லாம் கணவர்கள் இல்லையா?” என்று எரிச்சலுடன் கேட்டுக் கத்துகிறான். பதில் சொல்லாமல் சைக்கிள் ஓட்டிக்கொண்டே இருக்கிறார்கள் பெண்கள். அஹூ திடமாக சைக்கிள் ஓட்டுகிறாள். குதிரையில் வந்தவனைவிட்டு ஆஹூ தூரமாய் சைக்கிளில் போய்க் கொண்டிருக்கிறாள். அவளது வலதுபக்கம் கடல் கூடவே வந்து கொண்டிருக்கிறது.

இறுதிவரை நாம் ஆஹூவின் குரலைக் கேட்கமுடிவதில்லை. அவளது மனஓட்டம் முழுக்க அவள் சைக்கிள் ஓட்டும்விதத்தில் தெரிந்துவிடுகிறது. ஆஹூவின் சைக்கிள் ஓட்டத்தைத் தடுக்க மதச் சடங்குகள் செய்யும் முல்லா குதிரையில் வருகிறார். ஆஹூவின் தாத்தாவும் குதிரை மீதேறி வந்து அவளைத் திட்டுகிறார். மீண்டும் மீண்டும் கணவன் வருகிறான். குதிரைகளின் கனைப்பொலிகள் கேட்கும்போதெல்லாம் ஆஹூ ஆவேசமாக சைக்கிள் மிதிக்கிறாள். ‘உன் கணவன் உன்மேல் எவ்வளவு அன்பாக இருக்கிறான் தெரியுமா’ என்று முல்லா கத்தும்போது, ஆஹூவின் கடைவாயில் ஒரு ஏளனப் புன்னகை வெளிப்படுகிறது.

குதிரையில் இருந்தபடியே இருவருக்கும் விவாகரத்தை செய்து விடுகிறார் முல்லா. அப்போது மட்டும் தளர்ந்துபோகும் ஆஹூ, மீண்டும் சைக்கிளை வேகமாக அழுத்தி முன்னேறுகிறாள். இறுதியில் இரண்டுபேர் அவளை குதிரையில் வந்து சாலைக்கு நடுவே நின்று வழிமறிக்கின்றனர். மற்ற பெண்களெல்லோரும் அவளைக் கடந்து செல்கின்றனர். அவளுக்கு என்னவாயிற்று என்பது சைக்கிள் ஓட்டும் பெண் ஒருத்தியின் பார்வையில் இருந்து நமக்குக் காட்டப்படுகிறது. அந்தப் பெண் சைக்கிள் ஓட்டியபடி திரும்பித் திரும்பிப் பார்க்கிறாள். ஒருகட்டத்தில், ஆஹூ நம் கண்பார்வையில் இருந்து புள்ளியாக மாறி மறைகிறாள்.

மூன்றாவது கதை

ஒரு வயதான பெண்மணி விமான நிலையத்தில் வந்திறங்குவதில் தொடங்குகிறது.

சக்கர நாற்காலியில் வந்திறங்கும் அவள், அங்கு சுமைதூக்கும் சிறுவர்களில் ஒருவனைத் தன்னோடு அழைத்துக்கொள்கிறாள்.

தனக்கு நிறையப் பொருட்கள் வாங்கவேண்டுமென்று அவள் சொல்ல, அவன் அந்தப் பாட்டியை கடைக்கு அழைத்துப் போகிறான். ஒரு பிரமாண்ட வணிக வளாகத்தில் பாட்டி வீட்டு உபயோகப் பொருட்களை வாங்கிக் குவிக்கிறாள். குளிர்சாதனப்பெட்டி தொடங்கி கட்டில், திருமண உடை, சொகுசு நாற்காலி என அவள் வாங்கிய பட்டியலில் இருக்கின்றன. பாட்டியினுடைய விரல்கள் ஒவ்வொன்றிலும் ஏராளமான துணிகள் சுற்றப்பட்டிருக்கின்றன. ஒவ்வொரு பொருளும் வாங்கி முடித்தபின் துணி ஒவ்வொன்றையும் கழற்றுகிறாள். கடைசியில், ஒரு துணி மட்டும் எஞ்சுகிறது. எந்தப் பொருளின் நினைவாக அதை விரலில் சுற்றியிருந்தாள் என்பது அவளுக்கு மறந்துவிடுகிறது. பாட்டியின் கணவன் இறந்ததும் அவர் வழியில் கிடைத்த சொத்தில் இவற்றை எல்லாம் வாங்குகிறாள் என்பது தெரிகிறது.

வாங்கிய பொருட்களையெல்லாம் மற்ற சிறுவர்கள் ஒரு ரயில் பெட்டிபோல தள்ளுவண்டியில் வைத்துத் தள்ளிக்கொண்டே தெருக்களில் பாட்டியைப் பின்தொடர்ந்து போகிறார்கள்.

தான் செல்லப்போகும் கப்பல் வரும்வரை அந்தப் பொருட்களோடு கடற்கரையில் காத்திருக்கிறாள் பாட்டி. அங்கேயே தேநீர் போட்டுத் தரச்சொல்லி சிறுவர்களிடம் கேட்கிறாள். தேநீர் போடும் கண்ணாடிக் குடுவையைப் பார்த்ததும் அவளுக்கு ஆதங்கம் ஏற்பட்டுவிடுகிறது. 'இது என்ன இந்தக் குடுவை நிர்வாணமாக இருக்கிறது. வெட்கமே இல்லாமல் உள்ளே உள்ளது எல்லாம் தெரிகிறது. மீண்டும் போய் வேறு வாங்கி வரலாம்' என்று ஒரு சிறுவனை துணைக்கு அழைத்துக்கொண்டு போகிறாள். பாட்டி போனதும் மற்ற சிறுவர்கள் பொருட்களைப் பிரிக்கின்றனர்.

சில நிமிடங்களில் அந்தக் கடற்கரை சுவர்களற்ற ஒரு வீடுபோலத் தெரிகிறது. பையன்கள் தங்களுக்குப் பிடித்த பொருட்களைப் பயன்படுத்துகிறார்கள். பாட்டி வந்ததும் அவளுடைய பொருட்கள் ஒரு கட்டுமரத்தில் ஏற்றப்படுகின்றன. அவள் செல்லவேண்டிய கப்பல் கடலில் நிற்கிறது. வாங்கிய பொருட்களுடன் பாட்டியை ஒரு கட்டுமரத்தில் ஏற்ற அவள் கப்பல் நோக்கிச் செல்கிறாள்

இந்தக் காட்சியை கடற்கரையில் உள்ளவர்கள் வேடிக்கை பார்க்கி றார்கள். அந்தக் கூட்டத்தில் ஹவாவும் அவளது அம்மாவுடன் நிற்கிறாள். சைக்கிளில் அந்தக் கடற்கரைக்குவரும் இரண்டு பெண்கள் ஆஹுவிற்கு என்னவாயிருக்கும் என்பதைப்பற்றி பேசிக்

கொள்கின்றனர். இப்படி மூன்று கதைகளையும் இணைக்கும் காட்சி படத்தின் உயிரோட்டமாக மாறிவிடுகிறது.

இந்தப் படம் ஒரு பெரும் அனுபவமாக நம்மைச் சூழ்ந்து கொள்கிறது. கடல், தன் வெவ்வேறு இயல்பை படம் முழுக்க உணர்த்தியபடியே இருக்கிறது. ஹவாவின் கதையில் சிறு அலைகளை எழுப்பியபடி வரும் கடல், ஆஹூவின் சைக்கிள் பயணத்தில் தனக்கேயான கொந்தளிப்போடு இணைந்துகொள்கிறது. பாட்டியையும் அவளது காலம் கடத்திய ஆசைகளையும் சுமந்து செல்கிற கடல், இப்போது அமைதியாக கரையைப் பார்த்தபடி கிடக்கிறது.

வலியதொரு குத்தினை முகத்தில் தருவது என்பது குத்துச்சண்டை களத்தில் சரியானதாக இருக்கலாம். அதுவே, கலை என மாறும்போது கொஞ்சம் மென்மை தேவைப்படுகிறது. 'எங்களது சிறு ஆசைகளைக்கூட நிறைவேற்றிக்கொள்வதற்கு நாங்கள் காலம் கடத்தி காத்திருக்க வேண்டுமா?" என்பதுதான் ஒரு பெண்ணாக இயக்குநர் முன்வைக்கும் கேள்வி. அதை எங்குமே அவர் முஷ்டியை உயர்த்திக் கேட்கவில்லை. படைப்பின்வழி உணர வைத்துவிடுகிறார்.

இரண்டாவதாக, மெர்சியா மெஷ்கினி இயக்கிய திரைப்படம் *'The stray dogs'*. கவனம்கொள்ள வழியில்லாத ஜீவன்களான இரண்டு குழந்தைகளைப் பற்றிய கதை. காபுலில் நடைபெறுகிறது கதை.

கோல் கொட்டாயும், ஜாவேதும் அக்கா தம்பி. இருவரின் அப்பா அம்மாவும் தாலிபன் போரில் அமெரிக்காவுக்கு எதிராகச் சண்டையிட்டவர்கள். அதனால் சிறையில் அடைக்கப்படுகிறார்கள். குழந்தைகள் இரவில் மட்டும் அம்மாக்களோடு தங்கலாம் என்கிறது சிறை நிர்வாகம். பகல் முழுவதும் தங்கவழியில்லாமல் சுற்றும் குழந்தைகள் இரவில் அம்மாவுடன் தங்குகின்றனர். திடீரென்று இரவில் குழந்தைகள் சிறைச்சாலையில் தங்கக்கூடாது என்று உத்தரவைப் போடுகிறது நிர்வாகம்.

எங்கு செல்லவும் வழியில்லாமல் குப்பை பொறுக்கிக்கொண்டு இருவரும் திரிகிறார்கள். எதையாவது திருடினால் சிறைக்குச் சென்று அம்மாவுடன் இருக்கலாம் என்று முடிவு செய்கிறார்கள் இருவரும். அதற்காக பல முயற்சிகளை அவர்கள் மேற்கொள்கின்றனர். இறுதியில் ஜாவேத் ஒரு சைக்கிளைத்திருட, அதை மற்றவர்களின் கவனத்திற்கு கொண்டு சேர்க்க 'திருடன்... திருடன்' எனக் கத்தி, தன்

தம்பியை காட்டிக் கொடுக்கிறாள் கோல் கொட்டாய். ஜாவேதை மட்டும் காவல்துறை அழைத்துச் செல்கிறது. அவனை வேறொரு சிறையில் அடைக்கின்றனர். அம்மாவுடன் தங்கிக்கொள்ளலாம் என்று நினைத்திருந்தது பாழாகிறது. இப்படியாக படம் முடிகிறது நம்மிடம் பல கேள்விகளையும் துயரங்களையும் கிளப்பியபடி.

குழந்தைகளின் பார்வையில் போர்குறித்து நாம் தெரிந்துகொள்வது மிகவும் வலியைத் தரக்கூடியது. எண்ணிலடங்காக் குழந்தைகள் ஆப்கானிய உள்நாட்டுப் போரில் மடிந்தது ஒரு பக்கம். இப்படி லட்சக்கணக்கான குழந்தைகள் அநாதரவாக தெருவில் கைவிடப்பட்டது துடைத்தெரியமுடியாத சோகம். நம்மைக் கணத்திற்கு கணம் கலங்கடித்து விடுகிறது இந்தத் திரைப்படம். உண்மையை அப்படியே காட்டிவிடுவதால் ஏற்படுத்துகிற தாக்கம் எளிதில் நம்மைவிட்டு நீங்காமல் நீடிக்கிறது.

எப்போது வேண்டுமானாலும் ஆபத்து காத்துக்கொண்டிருக்கும் காபுலில் படப்பிடிப்பு நடத்துவதென்பது அதிலும், அங்கு பற்றி எரியும் சூழலைச் சொல்வதென்பது சிந்திக்கக்கூட தயக்கம் தரும் ஒரு எண்ணம். அதை ஒரு படைப்பாக உருமாற்றி நம்மிடையே வெளிக்காட்டியிருக்கிறார் மெர்சியா மெஷ்கினி.

இந்த ஆபத்தெல்லாம்கூட அவருக்கு துச்சமாகத்தான் இருந்திருக்கிறது. ஆனால், பெண் என்பதாலே படப்பிடிப்புத் தளத்தில் பிரச்னைகள் மற்றும் அவமதிப்புகளை மெர்சியா மெஷ்கின் எதிர்கொள்ள வேண்டியிருந்தது. 'நீ சொல்லி நான் ஏற்பதா?' என்ற பல ஆண்களின் மனோபாவம் தன்னை நிலைகுலையச் செய்ததாக அவர் பல இடங்களில் வெளிப்படுத்தியுள்ளார். ஆனாலும் போர்க்கால ஆயுதமென்பது பீரங்கியும், துப்பாக்கிகளும் மட்டுமல்ல, மனஉறுதியும்தான் என்பது ஒரு இயக்குநராக இவர் நம்மிடம் விதைக்கும் கருத்து.

மெர்சியா மெஷ்கினி இயக்கியத் திரைப்படங்கள்

1. *The Day I Became a Woman (2000)*
2. *Stray Dogs (2004)*
3. *The Man Who Came With the Snow (2017)*

12. லுக்ரிஸியா மார்ட்டெல்

"படங்கள் பார்த்தேன், புத்தகங்கள் படித்தேன், எழுதினேன், மனதை ஓய்வாக வைத்துக் கொண்டேன். ஏனென்றால் அப்படித்தான் இருந்தாக வேண்டியிருந்தது" - லுக்ரிஸியா மார்ட்டெல் *(Lucrecia Martel)*திரைப்படம் இயக்கத் தயாரானது இப்படித்தான்.

அர்ஜெண்டினா நாட்டைச் சேர்ந்த மார்ட்டெல், அங்குள்ள திரைப்படக் கல்லூரி ஒன்றில் சேர்ந்தார். திரைப்படங்கள் பலவற்றைப் பார்க்கும் வாய்ப்பு அங்கு அவருக்கு ஏற்பட்டது. படத்தொகுப்பு, பின்னணி இசை ஒரு படத்தில் எப்படியான வித்தையினைச் செய்கிறது என்பது பற்றியெல்லாம் விரிவாக அவர் அறிந்து கொண்டிருந்த நேரம், நிதிப் பற்றாக்குறை காரணமாக அந்தக் கல்லூரி பாதியிலேயே மூடப்பட்டது. அப்போதுதான் மேற்சொன்னவற்றை தொடர்ந்து பயிற்சி போல மேற்கொண்டு இயக்குநராகும் கனவை வென்றெடுத்தார்.

அர்ஜெண்டினாவில் ஆண்டுக்கு சராசரியாக நூற்றியிருபது படங்கள் தயாரிக்கப்படுகின்றன. இவற்றில் பல படங்களுக்கு சரியான விநியோகஸ்தர்கள் கிடைக்காத காரணத்தால் வெளியிடப்படாமலேயே முடங்கவும் செய்கின்றன. இதன் நடுவே பரிட்சார்த்த ரீதியிலான படங்கள் எடுப்பதென்பது சவாலான காரியம். அதைத் திரையரங்குக்குக் கொண்டு வந்து மக்களை ஈர்ப்பது என்பது கடினமான ஒரு வித்தை. ஆனாலும் மார்ட்டெல் இதனை சாதிக்கிறார். இவரது படங்களுக்கென்று அங்கு ரசிகர்கள் உருவாகியிருக்கிறார்கள். இத்தனைக்கும் இதுவரை மார்ட்டெல் எடுத்தவை மூன்று படங்கள்தான். ஆனால், அதற்கு முன்பு அவர் தொலைக்காட்சிக்காக எடுத்த குறும்படங்கள், தொடர்கள் போன்றவை மக்களிடம் ஏற்கனவே மதிப்பைப் பெற்றிருந்தன.

வன்முறை, கீழ்த்தரமான பாலியல் காட்சிகள் போன்றவைதான் அர்ஜெண்டினா திரைப்பட உலகைப் பொருத்தவரை வணிக ரீதியிலான வெற்றிப் படங்களாக நினைக்கப்பட்டன. தொண்ணூறுகளின் தொடக்கத்தில் இளைஞர்களின் புதிய அலை ஒன்று திரைப்படத் துறையில் எழுந்தது. அவர்கள் எல்லாவற்றையும் தங்கள் படைப்புகள் மூலம் கேள்வி கேட்டனர். அதில் ஒருவராக இருந்தார் மார்ட்டெல்.

இவரது படங்களின் கதை சொல்லும் பாணி முற்றிலும் வித்தியாசமானது. எதையும் நேரடியாகச் சொல்வது என்பது இவரது திரைக்கதை பாணியாக இருந்ததில்லை. ‘இதுதான் என்னுடைய பார்வை... இதை நீங்கள் புரிந்து கொள்ள முயற்சி செய்யுங்கள்’ என்பதுதான் மார்ட்டெல் பார்வையாளர்களுக்கு அறிவுறுத்துவது. மார்ட்டெல்லின் படமான *‘The Headless Woman’* விமர்சகர்களாலும், தீவிர திரைப்பட விரும்பிகளாலும் திரும்பத்திரும்பப் பார்க்கப்படுகிறது. திரைப்படக் கல்லூரிகள் பலவற்றிலும் பாடமாக கற்றுத் தரப்படுகிறது.

படத்தின் தொடக்கத்தில் இரு சிறுவர்கள் ஒரு நாயுடன் சாலையிலும் அதன் ஓரங்களிலும் விளையாடிக் கொண்டிருக்கிறார்கள். அங்கு நீர் நிரம்பாத கால்வாய் ஒன்றிருக்கிறது. அதில் குதித்து எழுந்து நாயுடன் உற்சாகமாக ஓடியபடி விளையாடுகிறார்கள்.

அடுத்தக் காட்சியில் வெரோனிகா என்கிற மத்திய வயதுள்ள பெண் தன்னுடைய உறவினர்களைச் சந்தித்துவிட்டு காரில் தனியாக வீடு திரும்புகிறாள். கார் இதற்குமுன்பாக சிறுவர்கள்

விளையாடிய பகுதியைக் கடந்து கொண்டிருக்கிறது. சாலையில் யாருமில்லை. காரின் உள்ளிருந்து எதையோ எடுக்கக் குனிகிறாள் வெரோனிகா.

'தட்'டென்று ஒரு ஒலி கேட்கிறது. அவள் தலை முன்பக்கமாக ஒரு கணம் மட்டும் முட்டுகிறது. நிமிர்ந்து அமருகிறாள். காரை நிறுத்தி விடுகிறாள். அப்படியே உறைந்து போய் உட்கார்ந்திருக்கிறாள்.

அவள் எதையோ பார்க்கிறாள் எனபது மட்டும் நமக்குப் புரிகிறது. அந்தப் பார்வை நெடுநேரமாக ஓரிடத்தில் நிலைபெற்றிருக்கிறது. நீளமான நேரத்தை எடுத்துக் கொள்ளும் இந்தக் காட்சியில் வெரோனிகாவின் முகபாவம் பல கற்பனைகளை நமக்குள் தூண்டுகிறது. உண்மையிலேயே கார் எதன் மீதாவது மோதியதா? ஏன் வெரோனிகா இப்படி உறைந்து போயிருக்கிறாள்? எதற்காக இறங்காமல் காத்திருக்கிறாள்... இப்படியெல்லாம் நமக்குள் பல கேள்விகளை எழுகின்றன.

பிறகு காரைக் கிளப்பிக் கொண்டு வெரோனிகா செல்லும்போது சாலையில் நாம் முந்தைய காட்சியில் பார்த்த நாய் அடிபட்டு விழுந்து கிடப்பது தெரிகிறது. வேறு யாரையும் சாலையில் பார்க்க முடிவதில்லை.

அன்றைய தினம் புயல் ஒன்று உருவாகி மழை வலுக்கிறது.

விபத்துக்குப் பிறகு வெரோனிகா அமைதியாகி விடுகிறாள். பல் மருத்துவரான வெரோனிகா, தன்னுடைய வேலை தொடர்பாகக் கூட எதுவும் யோசிக்க முடியாமல் ஆகிறாள். ஒரு சின்னச் சிரிப்பு மட்டும் அவள் உதட்டில் எப்போதும் தேங்கியபடி இருக்கிறது. சாதாரணமாக அவளிடம் கேட்கப்படும் கேள்விகளுக்குக் கூட அவளால் உடனே பதில் சொல்ல முடியாமல் போகிறது.

ஒருகட்டத்தில் தன்னுடைய கணவனிடம் 'தான் ஒரு மனிதனை விபத்தில் கொன்றுவிட்டதாகச் சொல்கிறாள். விபத்து நடந்த இடத்துக்குக் கணவனை அழைத்துக் கொண்டு போய் காட்டுகிறாள். அப்போதும்கூட அவள் உதட்டில் சிரிப்புத் தேங்கியிருக்கிறது. பதறிப்போன கணவன் தனது உறவினர் மூலம் குறிப்பிட்ட நாளன்று சாலையில் ஏதேனும் விபத்து பதிவாகியிருக்கிறதா என்று காவல்துறையிடம் விசாரிக்கிறார். 'இல்லை' என்று தகவல் வருகிறது. வெரோனிகாவிடம் அவளது கணவன் இதைச் சொல்கிறபோதும் அவள் அந்த சிரிப்புடனேயே எதிர்கொள்கிறாள்.

சில நாட்கள் கழித்து ஒரு சிறுவன் புயலால் ஏற்பட்ட வெள்ளத்தில் கால்வாயில் அடித்துச் செல்லப்பட்டு இறந்து போனது பற்றி தகவல்கள் வருகின்றன. அந்த இடம் வெரோனிகா விபத்து ஏற்படுத்திய இடத்தின் அருகிலிருக்கும் கால்வாய் என்பதும் தெரிய வருகிறது.

கணவர், உறவினர்கள், ஊரிலிருந்து வந்திருக்கும் மகள் என எல்லோரும் சூழ்ந்திருக்கும் சூழல் ஏற்பட்டதும் மெதுவாக சகஜநிலைக்குத் திரும்பத் தொடங்குகிறாள் வெரோனிகா. அதன் முதல்படியாக தன்னுடைய பொன்னிறமான கூந்தலை கறுப்பு நிறமாக்கிக் கொள்கிறாள். இதன் மூலம் அவள் தன் அடையாளத்தைக் களைகிறாள் என்பதை நம்மால் புரிந்து கொள்ள முடிகிறது.

இந்தப் படத்தில் ஒரு பாட்டியின் கதாபாத்திரம் வருகிறது. அந்தப் பாட்டி எப்போதும் பழைய திருமண வீடியோக்களைப் பார்த்தபடி இருக்கிறாள். அப்படிப் பார்க்கிற சமயங்களில் அதோடு ஒன்றிவிடுகிறாள். பாட்டிக்கு தான் எந்தக் காலத்தில் வாழ்ந்து கொண்டிருக்கிறோம் என்பதுகூட குழப்ப நிலையாக இருக்கிறது. இந்தப் பாட்டியைப் பார்க்க வெரோனிகா வரும் நேரத்தில் பாட்டி சரியாகக் கண்டுபிடித்து விடுகிறாள். ‘வெரோனிகா உனது குரல் எப்போதும் போல இல்லையே. நீ ஏன் யாரோ மாதிரி இருக்கிறாய்?’ என்று கேட்கிறாள். வெரோனிகா அதற்கும் உறைந்த சிரிப்பையே பதிலாகத் தருகிறாள்.

சிறுவன் ஒருவன் வெள்ளத்தில் மூழ்கி இறந்து போனான் என்று தெரிந்ததும் வெரோனிகாவுக்குப் பார்க்கும் சிறுவர்கள் அத்தனைப் பேர் மேலும் வாஞ்சை ஏற்படுகிறது. கார் துடைக்கும் சிறுவன், பூந்தொட்டி விற்கும் சிறுவர்கள் என அனைவருக்கும் ஏதாவது ஒருவகையில் உதவ வேண்டும் என நினைக்கிறாள்.

இப்படி ஒருவர் மனதுக்குள் ஏற்படும் விநோதங்களை திரைப்படமாக்கியிருக்கிறார் மார்ட்டெல். வெரோனிகா போலவே நமக்கும் அந்த விபத்தில் நடந்தது என்ன என்கிற குழப்பம் ஏற்படுகிறது. தவறு செய்துவிட்டு குற்ற மனப்பான்மையில் சிக்கும் ஒருவரின் மனநிலை என்று பொதுவாக இந்தப் படத்தைப் பற்றிப் புரிந்து கொள்ளப்பட்டாலும் ஒவ்வொரு முறை இந்தத் திரைப்படத்தைப் பார்க்கும்போதும் நமக்கு பல்வேறு கோணங்கள் கிடைக்கின்றன.

வெரோனிகா கொன்றது ஒரு நாயாக இருக்கலாம். ஆனால், அவள் மனதின் ஏதோ ஒரு மூலையில் அவள் ஒரு மனிதக் கொலையைச் செய்துவிட்ட எண்ணம் படிந்துவிடுகிறது. மனதளவில் அவள் ஒரு கொலையை நிகழ்த்தியிருக்கிறாள். ஒரு மனிதன் எப்போதுமே செயல்களின் உண்மைத்தன்மையை விட, அதன் மூலமாக எழுகிற கற்பனைகளிலும், விளைவுகளிலுமே மனதைப் பதிய விடுகிறான் என்பதை இந்தப் படத்தில் மார்ட்டெல் சொல்ல நினைத்த ஒரு கருத்தாக இருக்கிறது. வெரோனிகாவின் நிலையை சமூகத்துக்கும் அப்படியே பொருத்திப் பார்க்கிறார் மார்ட்டெல்.

"அர்ஜென்டினாவில் முப்பது சதவிகித மக்கள்தான் வசதிகளோடு வாழ்கின்றனர். மீதமுள்ள எழுபது சதவிகிதத்தினரும் வறுமையில் தவிக்கின்றனர். வசதியான சமூகத்தினர் தங்களைத் தவிர வேறொரு சமூகம் இருப்பதையும், அவை சிக்கலில் மாட்டிக் கொண்டிருப்பதையும் பற்றிக் கவலைப்படுவதில்லை. அதைக் கண்டுகொள்ளாமலேயே கடக்க நினைக்கிறார்கள். கல்வி, சுகாதாரம் என எல்லாவற்றையும் பற்றிக் கேள்விக் கேட்க வேண்டிய அவர்கள் வாய் மூடி வாழ்கிறார்கள். இப்படியான ஒரு மனநிலை காலங்காலமாகத் தொடர்கிறது. இதைத்தான் வெரோனிகாவின் கதாபாத்திரமும் வெளிப்படுத்துகிறது. ஒரு விபத்து நடந்ததும் மனிதன் எப்படி நடந்து கொள்கிறான் என்பது அவன் வாழும் சமூகத்தின் வெளிப்பாடும் கூட" என்கிறார் மார்ட்டெல்.

மார்ட்டெலின் மற்றொரு படமான *'The Holy Girl'* திரைப்படமும் சிக்கலான ஒரு மனப் பிரச்னையை முன்வைத்தே நகருகிறது. தீவிர கத்தோலிக்கப் பின்னணியில் வளர்க்கப்படுகிற அமிலியா என்கிற ஒரு பெண் முதன்முதலில் ஓர் ஆணால் தன்னுடைய உடல் இச்சைத் தூண்டப்படுகிறபோது என்ன மாதிரியான மன நிலைக்கு ஆளாகிறாள் என்பதுதான் கதையின் மையம். லத்தின் அமெரிக்காவில் மதத்தின் பெயரால் தொடர்ந்து மக்கள் பல விதங்களில் அடக்குமுறைக்கு ஆளாகின்றனர் என்பதை இந்தப் படத்தின் சில காட்சிகள் நமக்கு உணர்த்துகின்றன. எங்கு இயற்கைக்கு முரணான விஷயம் சரியென்று பரப்பப்படுகிறதோ அங்கு அது தவறான வழியில் கட்டவிழும் என்பது மார்ட்டெலின் வாதம்.

இந்தப் படத்தில் ஒரு தங்கும் விடுதிதான் கதையின் களமாக இருக்கிறது. அதன் உரிமையாளரான அமிலியாவின் அம்மாவும்,

அமிலியாவும் அங்கேயே தங்கியிருக்கின்றனர். அந்த விடுதியில் ஒரு மாநாட்டுக்காக வந்திருக்கும் மருத்துவர் குழுவும் தங்குகின்றனர். அதில் ஜனோ என்கிற மருத்துவர் அமிலியாவின் அடக்கப்பட்ட பாலியல் விருப்பத்தைத் தூண்டிவிடுகிறார். பதின்பருவத்தில் இருக்கும் அமிலியா தன்னைக் கட்டுப்படுத்திக் கொள்ள முடியாத சூழலில் ஜனோவுடன் நெருக்கமாகிறாள். ஒருபக்கம் கடவுள் மேல் உள்ள பயமும், மறுபுறம் ஜனோ உடல் மேல் கொண்ட ஈர்ப்பும் சேர்ந்து அவளை அலைக்கழிக்கிறது.

விடுதியை அர்ஜெண்டினாவாக சித்தரிக்கிறார் மார்ட்டெல். அங்கு தங்கும் மருத்துவர்களின் உலகம், அவர்கள் பேசிக்கொள்ளும் மருத்துவச் சமூகம் சார்ந்த விவாதங்கள், சந்தர்ப்பங்கள் கிடைக்கும்போது மனிதர்கள் எந்த எல்லையையும் மீறத் தயாராக இருப்பது, மதத்தின் பெயரால் நடக்கும் மூளைச்சலவைகள் என தன்னைச் சுற்றியுள்ள சமூகத்தை நிறுவியிருக்கிறார் மார்ட்டெல். *'The Holy Girl'* திரைப்படம் கான் திரைப்பட விழாவில் பங்கு பெற்று 'தங்கப் பனை' விருது பெற்றது.

தன்னுடைய படங்களுக்கு ஒரு கதையை எதிர்பார்த்து வரவேண்டாம். அது ஒரு அடிப்படை மட்டுமே. பல்வேறு அடுக்குகளைக் கொண்டதுதான் திரைப்பட ஊடகமே தவிர, கதை சொல்வது மட்டுமல்ல என்பது மார்ட்டெல் தன்னுடைய பார்வையாளர்களுக்கும், விமர்சகர்களுக்கும் வலியுறுத்தும் செய்தி. தான் சந்திக்கிற திரைப்பட மாணவர்கள், விமர்சகர்கள் எல்லோரிடமும் இதைத்தான் வலியுறுத்துகிறார்.

தன்னுடைய திரைக்கதை அமைப்பைப் பற்றி இப்படிச் சொல்கிறார் மார்ட்டெல், படத்தின் தொடக்கத்தில் கத்தி என்ற வார்த்தை வந்தால் அடுத்த காட்சியில் அது ஒரு உலோகம் என்பதைச் சொல்கிறேன். மூன்றாவது காட்சி அது எதற்காகப் பயன்படுகிறது என்பதைச் சொல்லும். இப்படி ஒரு கத்தி என்பது படம் முழுக்க வந்து கொண்டே இருக்கும்.

ஒலியமைப்பும், பின்னணி இசையும் இவருடைய படங்களின் மிகப்பெரிய பலம். ஒரு காட்சியில் எந்தவிதமான ஒலி பின்னணியில் அமைந்தால் அந்தக் காட்சிக்கு யதார்த்த உணர்வு தரும் என்பதை மார்ட்டெல் மிகச் சரியாகக் கணிக்கிறார்.

கதைகள் என்பது திரைப்படத்திற்கு முக்கியம் இல்லை என்று

மார்ட்டெல் சொன்னாலும் அவரது கதை சொல்லும் விதம்தான் அனைவரையும் கவர்கிறது. இதற்குக் காரணம் மார்ட்டெலின் அம்மாவும், பாட்டியும். மார்ட்டெலின் பாட்டி தீவிர வாசகி. அவர் மார்ட்டெலுக்கு சிறு வயதாக இருக்கும்போது சொன்ன கதைகள் அனைத்தும் உண்மையிலேயே நடந்த சம்பவங்கள் என்றுதான் மார்ட்டெல் நம்பியிருக்கிறார். அந்தளவு ஈடுபாட்டோடு பாட்டி சொன்ன கதைபோல தன்னால் ஒரு படத்தை எடுத்துவிட முடியுமா என்பது மார்ட்டெல் தனக்குள் அடிக்கடி எழுப்பிக் கொள்ளும் கேள்வி.

'அன்ட்டனியோ டி பனடேட்டோ'வின் புகழ்பெற்ற நாவலான 'ஜமா'வை திரையாக்கம் செய்து இயக்கியிருக்கிறார் மார்ட்டெல். லத்தின் அமெரிக்க இலக்கியத்தில் விரும்பத்தக்க புத்தக வரிசையில் எப்போதும் இடம் பெற்றிருக்கும் 'ஜமா'வை மார்ட்டெல் இயக்குகிறார் என்கிற செய்தி பெரும் எதிர்பார்ப்பை உருவாக்கியிருந்தது. அந்த எதிர்பார்ப்பை பூர்த்தி செய்திருந்தார் மார்ட்டெல். இந்தப் படத்தினை இயக்குகையில் அவருக்கு கர்ப்பப் புற்றுநோய் இருப்பது தெரிய வந்தது. அதற்கான தொடர் சிகிச்சையில் இருப்பவர் அவ்வப்போது ஆவணப்படங்களை எடுத்து வருகிறார்.

'எனக்குத் தெரிந்ததை நான் எழுதுகிறேன், அதே சமயம் என்னால் புரிந்து கொள்ளப்படாததையும் சொல்கிறேன். உணர்வுகள் மூலம்தான் அவை என் படைப்பில் வெளிப்படுகின்றன' என்று அவர் சொல்வதுபோல, இவர் படத்தைப் பார்க்கும்போது அந்த உணர்வுகளை நம்மால் உள்வாங்கிக் கொள்ள முடிகிறது. அதுவே லுக்ரிஸியா மார்ட்டெலின் படைப்பு வெற்றியாகவும் இருக்கிறது.

லுக்ரிஸியா மார்ட்டெல் இயக்கியத் திரைப்படங்கள்

1. *La Cienaga*
2. *The Holy Girl*
3. *The Headless Woman*
4. *Zama*

13. கேத்ரின் பிக்லோ

கேத்ரின் பிக்லோ *(Kathryn Bigelow)* திரைப்பட இயக்குநராகவில்லை என்றால் இன்று உலகமறிந்த சிறந்த ஓவியராக இருந்திருப்பார். இவரின் சிறுவயதுக் கனவுகள் எல்லாமே ஓவியராகும் விருப்பத்துடனேயே இருந்திருக்கின்றன. 'சுதந்திர மனம் வேண்டுபவர்கள் ஓவியங்கள்மேல் நாட்டம் கொண்டிருப்பார்கள்' என்பது பிக்லோவின் அனுபவம். இந்த சுதந்திர மனம்தான் பிக்லோவை திரைப்படம் இயக்கத் தூண்டியது.

'இந்தப் படத்தை இயக்கியது பெண் இயக்குநரா' என்பது இவரின் படங்களைப் பார்க்கும்தோறும் பலரும் கேட்கும் ஆச்சரியக் கேள்வி. ஏனெனில், பெண் இயக்குநர்கள் இயக்குகிற படங்கள்

எப்படியெல்லாம் இருக்க முடியும் என்ற பார்வையாளர்களின் அனுமானத்தை இவரின் படங்கள் ஒவ்வொன்றுமே உடைத்திருக்கின்றன.

வாம்பயர்கள் பற்றி படம் எடுப்பார். பிறகு, தீவிரவாதக் குழுக்களின் மனநிலையை ஆராய்ந்து அதை திரைக்கதையாக்குவார், போர்முனைக்குச் சென்று அங்குள்ள வீரர்களைப் பற்றி நாம் நினைத்துப் பார்க்கமுடியாத ஒரு படைப்பைத் தருவார். இவை அவரது ஆளுமையின் வெளிப்பாடு.

கலிஃபோர்னியாவில் நவம்பர் மாதம் 1951இல் பிறந்தவர் கேத்ரின் பிக்லோ. அம்மா ஒரு பள்ளியில் ஆங்கில ஆசிரியையாக வேலை பார்த்தவர். அப்பா சொந்தமாக பெயிண்டிங் கடை ஒன்றை நடத்திவந்தவர். கேத்ரின் பிக்லோவின் அப்பாவுக்கு கேலிச்சித்திரக்காரராக புகழ்பெற வேண்டும் என்ற ஆசை இருந்தது. கூடவே, அதற்குரிய தன்னம்பிக்கைக் குறைபாடும் இருந்தது. இதற்கு அவரது தோற்றமும் முக்கியக் காரணம் என்று நினைத்திருந்தார். அவலட்சணம் பொருந்தியதாகக் கருதியிருந்த தனது முகத்தை, அஷ்டகோணலாக வரைவது என்பது அவருக்கு ஒரு பொழுதுபோக்காக இருந்திருக்கிறது. கேத்ரின் பிக்லோவுக்காக பல கேலிச் சித்திரங்களை வரைந்து தந்திருக்கிறார். அப்பாவைப் பார்த்து தானும் வரையக் கற்றுக்கொண்டபோது கேத்ரின் பிக்லோவுக்கு வயது ஆறு.

அப்பாவால் தான் நினைத்த துறையில் வெற்றிபெற முடியாமல் போனது குறித்து கேத்ரின் பிக்லோவுக்கு எப்போதுமே வருத்தம் உண்டு. அதனாலேயே, தான் சாதிக்க வேண்டும் என்று நினைக்கும் எதையும், எதற்காகாகவும் விட்டுக் கொடுக்கக்கூடாது என்பதில் தீர்மானமாக இருந்தார். தன்போக்கில் திரியும் மகளைப் பார்த்து கேத்ரின் பிக்லோவின் அம்மாவுக்கு கவலை ஏற்பட்டாலும், அவரின் ஆசைகள் எதற்கும் குறுக்கீடாக அவர் இருந்ததில்லை.

பதினேழு வயதாக இருக்கும்போது ஓவியக் கல்லூரியில் சேர்ந்தார் கேத்ரின் பிக்லோ. அங்கு அவருக்கு ஓவியங்கள் பற்றிய பரந்த பார்வை கிடைத்தது. எப்போதும் பெரிய திரைகளில் வரைவதிலேயே விருப்பம் கொண்டிருந்தார். 'நான் அணிந்திருந்த பான்ட்டின் நிறம் எப்போதுமே வெளியே தெரிந்ததில்லை. அதில் அடர்த்தியாக வண்ணங்கள் படிந்திருக்கும். தரையில் திரையை

விரித்து, அதில் படுத்தபடி வரைவது எனக்குப் பிடித்தமானது. சில நேரங்களில் வண்ணங்களிலிருந்து நான் விடுபடும்போது ஓவியத்திலிருந்து நானே வெளிப்படுவதுபோல இருக்கும்'. பிக்லோ, கட்டுப்பாடுகளற்று கற்பனைகளை ஓவியத் திரையில் காட்டிய அதே வேகத்தை திரைப்படங்களிலும் வெளிப்படுத்தத் தொடங்கினார்.

தனது இருபத்தொன்பதாவது வயதில் ஒரு குறும்படத்தை இயக்கினார். முதல் முயற்சியான *'The Set up'* குறும்படம் வன்முறைகளை அள்ளித் தெளிக்கிற சண்டைப் படம்தான். 'அடிப்பது மாதிரி நடிக்கக் கூடாது, நிஜமாகவே அடித்துக் கொள்ளுங்கள்' என்று நடிகர்களிடம் கேட்டுக் கொண்டார்.

முழுநீளத் திரைப்படம் எடுக்கும் எண்ணமும் இருந்தது. ஆனால் அதற்கு எப்படி திரைக்கதை அமைக்க வேண்டும், அதை எப்படிக் கையாள வேண்டும் என்பதெல்லாம் அவருக்குத் தெரியாது. எழுதத் தொடங்குவோம், பிறகு பார்த்துக் கொள்ளலாம் என்று முடிவெடுத்தார். அப்போது வருடம் 1980. எப்போதுமே முரட்டுத்தனமான வாகனங்களின்மீது கேத்ரின் பிக்லோவுக்கு ஆர்வம் அதிகம். அதனால் ஐம்பதுகளில் வெளிவந்த மோட்டார் சைக்கிள்கள் பற்றி கட்டுரைபோல் ஒன்றை எழுதத் தொடங்கினார். அதன்பின் அதைக் கதையாக மாற்றினார்.

The Loveless என்ற படம் இப்படித்தான் உருவானது. அதன்பின் *Near Dark* என்ற படத்தை இயக்கினார். இந்தப் படம், பாட்ரிசியா ஹிக்ஸ்மித் என்ற சுவிட்சர்லாந்து நாட்டு எழுத்தாளரின் நாவலைத் தழுவி எடுக்கப்பட்டது.

பாட்ரிசியாவைச் சந்தித்த பிக்லோ, அதற்குமுன்பு அவரது நாவலை வாசித்ததில்லை. நாவலைப் பற்றிக் கேள்விப்பட்டதும் அதை, தான் திரைப்படமாக எடுக்க வேண்டும் என்று மட்டும் கோரிக்கை வைத்திருந்தார். ஆனால் அதற்குரிய உரிமைப் பணத்தைத் தருவதற்கான வசதி பிக்லோவுக்கு அப்போது இல்லை. அதனால் ஆறு மாத காலம் அந்தப் புத்தகத்தை எழுத்தாளரிடமே கடனாகப் பெற்று திரைக்கதை எழுதிப் பழகினார். திரைப்படமாகவும் மாற்றினார். அதன்பின்பாக, இவர் எடுத்த திரைப்படங்கள் ஹாலிவுட்டின் கவனத்தை மெதுவாக இவர்பக்கம் திருப்பின.

இப்போது அவர் *POINT BREAK* திரைப்படத்தை இயக்குகிறார்.

இந்தப் படம் அவருக்கு வசூல்ரீதியாக வெற்றியைக் கொடுத்தாலும் மற்ற பிக்லோவின் படங்களைக் காட்டிலும் விமர்சனரீதியில் அதிகம் கவரவில்லை.

சில வருடங்கள் கழித்து பிக்லோ இயக்கிய திரைப்படம் *The Hurt Locker*. உலகம் முழுவதும் வெளிவந்த போர்ப்படங்களில் முக்கிய இடத்தைத் தக்கவைத்திருக்கிறது இந்தப் படம். ஈராக்கில் போரின்போது தெருவோரங்களில் புதைக்கப்பட்டிருந்த வெடிகுண்டுகளை அகற்றும் நிபுணர்கள் பற்றிய படம். குறிப்பாக, அவர்களின் மனநிலையை நமக்குச் சொல்லியவிதம்தான் இந்தப் படத்தை முக்கியத்துவமாக்கியிருக்கிறது. படம் முழுக்க ஒவ்வொரு நிமிடமுமே நம்மை மூச்சைப்பிடித்து உட்காரவைக்குமளவுக்கு திருப்பங்களும், பரபரப்புகளும் அதேநேரம் உணர்வுப்பூர்வமாகவும் அமைந்தத் திரைப்படம்.

திரைக்கதையாசிரியரும் பத்திரிகையாளருமான மார்க் போல் என்பவர், போர் நடக்கும் சமயம் ஈராக்குக்குச் சென்று அங்கு, தான் சந்தித்த அனுபவங்களை பத்திரிகைக்காக செய்திகளாக அனுப்பினார். அவரை பிக்லோ சந்தித்துப் பேசுகிறபோது இதை ஒரு திரைப்படமாக மாற்றலாமே என்று தோன்றியிருக்கிறது. ஒரு தெருவின் இருமுனைகளிலும் வெடுகுண்டுகள் வைக்கப்பட்டிருக்கின்றன. அங்குள்ளவர்கள் எல்லோரும் அந்த இடத்தைவிட்டு ஓடுகிறார்கள். ஒருவர் மட்டும் அதைநோக்கி அடியெடுத்து வைக்கிறார். தன் முகத்துக்கு நேராக வீழ்ந்துகிடக்கும் மரண சாதனத்தை உயிர்ப்பிக்கவும், மரணிக்கவும் வைக்கிறார். ஒரு நொடிக்குள் வாழ்வா, சாவா போராட்டம் நிகழ்கிறது. இதை அந்த மனித மனம் எப்படி எதிர்கொள்ளும்? இதுதான் மார்க் போலோவிடம் பேசிக்கொண்டிருக்கும்போது பிக்லோவின் மனதுக்குள் வந்துபோன கேள்வி. இந்த மரண விளையாட்டை ஒரு நாளைக்கு பதினைந்து முறையேனும் ஒருவர் மேற்கொள்கிறார் என்றால், அவர் எப்படிப்பட்டவராக இருக்க முடியும் என்ற கேள்விக்கான விடையைத்தான் தனது படத்தில் வைத்திருக்கிறார் பிக்லோ.

‘போருக்கு எதிரானவள்தான் நான். அதேசமயம் போர்வீரர்களுக்கு ஆதரவானவள்’ என்பதை பலமுறை பிக்லோ வெளிப்படுத்தியிருக்கிறார். இந்தப் படம் குறித்து அதிகமும் நேர்மறையான கருத்துகளே வெளிப்பட்டன என்றாலும்,

அமெரிக்கர்களுக்கு 'ஜால்ரா' தட்டும் படம் என்ற விமர்சனத்தையும் பிக்லோ எதிர்கொண்டார். அதற்கு அவர் சொன்ன பதில், 'வெடிகுண்டுகளை செயலிழக்கச்செய்யும் வீரர்களின் தியாகம் நமக்குத் தெரிவதில்லை. ஆனால் அவர்கள் கண்டுகொள்ளப்பட வேண்டியவர்கள். அவர் அமெரிக்கராக இருந்தாலும் வேறெந்த நாட்டைச் சேர்ந்தவர்களாக இருந்தாலும் சரி. உண்மைக்கு வெகு அருகிலிருந்தே இந்தப் படத்தை இயக்க வேண்டும் என தீர்மானித்திருந்தேன். இதில், நான் காட்டியவை எல்லாம் பல ஆய்வுகளுக்குப் பிறகு எடுத்தவையே' என்றார்.

படத்தின் உண்மைத்தன்மையை வலுப்படுத்துவதற்காக ஈராக்கின் எல்லையருகில் உள்ள ஜோர்டான் நாட்டிலேயே படப்பிடிப்பை நடத்தினார். அங்கு சாதாரணமாகவே தட்பவெப்பம் 120 டிகிரி இருக்கும். இந்த அசாத்திய வெயிலில் அவர் படப்பிடிப்பு நடத்தியதே போர்முனையில் நிற்பதற்குச் சமமானதுதான்.

இந்தப் படம் 2010ஆம் ஆண்டுக்கான ஆறு ஆஸ்கர் விருதுகளைப் பெற்றது. 'சிறந்த திரைப்படம்', 'சிறந்த இயக்குநர்' விருதுகளும் இவற்றில் அடக்கம்.

ஆஸ்கர் வரலாற்றில் முதன்முதலாக இந்த விருதைப்பெற்ற பெண் இயக்குநர் கேத்ரின் பிக்லோ.

இதுதவிர, 'கோல்டன் குளோப்' மற்றும் 'பாஃப்டா' விருதுகள் உட்பட பல சர்வதேச விருதுப் பட்டியலில் *'The Hurt locker'* படம் இடம்பெற்றிருந்தது.

2010ஆம் ஆண்டுக்கான ஆஸ்கர் தேர்வுப் பட்டியலில் *The Hurt locker* படத்தோடு, ஜேம்ஸ் கேமரூன் இயக்கிய *Avatar* திரைப்படமும் இடம்பெற்றிருந்தது. இதனால் அந்த வருடத்திய சிறந்த இயக்குநர் விருதை வாங்கப்போகிறவர்கள் யார்? என்ற எதிர்பார்ப்பு அதிகமாக இருந்தது. ஜேம்ஸ் கேமரூனும் கேத்ரின் பிக்லோவும் இரண்டு வருட காலம் தம்பதிகளாக வாழ்ந்து விவாகரத்து பெற்றவர்கள். 'சிறந்த இயக்குநருக்கான ஆஸ்கர் விருது கேத்ரின் பிக்லோவுக்கு என்று அறிவிக்கப்பட்டதும் ஜேம்ஸ் கேமரூன் உற்சாகமாக விழா அரங்கத்தில் பிக்லோவுக்கு வாழ்த்துகள் தெரிவித்தார். பிக்லோவின் கழுத்தை விளையாட்டாக நெரிக்கவருவது போன்ற அவர் வாழ்த்தும் படம், அவர்களுக்குள் ஏற்பட்டிருந்த நட்பை வெளிக்காட்டியதாக பத்திரிகைச் செய்திகள் சொல்லின.

இதில் சுவாரஸ்யம் என்னவென்றால், ஜேம்ஸ் கேமரூனின் *'Avatar'* படம் உருவான நேரத்திலிருந்து அது திரைக்கு வருவதுவரை பிக்லோ அந்தப் படத்தை ஆறுமுறை கேமரூன் கேட்டதற்கிணங்க பார்த்திருந்தார். அதன் உருவாக்கத்தில் தன்னுடைய கருத்துகளையும் தெரிவித்திருந்தார். அதேபோல், *The Hurt locker* படத்தின் திரைக்கதை தொடங்கி அது இறுதி வடிவம் எட்டும்வரை கேமரூனுடன் பிக்லோ ஆலோசித்திருந்தார். 'பிக்லோ அசாதாரணமான படைப்பாளி. அவருக்கு ஆஸ்கர் விருது கிடைத்தது முற்றிலும் தகுதியானதே' என்பது கேமரூன் வெளிப்படுத்திய கருத்தாக இருந்தது.

இதற்கடுத்த படத்தில் மிகச் சவாலான ஒரு கதையை கையிலெடுத்தார் பிக்லோ. மீண்டும் மார்க் போலோவுடன் இவர் இணைந்து எழுதிய திரைக்கதை *Zero Dark Thirty*. தலைமறைவு வாழ்க்கை நடத்திய அல்கொய்தா தீவிரவாதக் குழுவின் தலைவரான ஒசாமா பின்லேடனை பாகிஸ்தானில் அமெரிக்க உளவுப்படை கண்டுபிடித்ததையும் அவரைக் கொன்றதையும் படமாக எடுத்திருந்தார். இந்தச் சம்பவம், ஏற்கனவே உலகளவில் பல சந்தேகங்களை எழுப்பியிருந்தன. அதனால் இதை திரைப்படமாக்கும்போது பல்வேறு கேள்விகளுக்கான பதிலை பிக்லோ சொல்லவேண்டியிருந்தது. இந்தப் பணியில் ஈடுபட்டிருந்த பலரைச் சந்தித்து தகவல்கள் பெற்றார்.

ஒரு திரைப்படத்துக்கான வழக்கமான திரைக்கதையாக இல்லாமல், ஆவணப்படத்தின் அம்சங்களுடன் வெளிவந்தது *'Zero Dark Thirty'*. படத்துக்கான எதிர்பார்ப்பு நாளுக்குநாள் எகிறிக்கொண்டே இருந்தது. இந்த எதிர்பார்ப்பையெல்லாம் பூர்த்திசெய்திருந்தார் பிக்லோ. ஆனாலும் அவருக்கு எதிரான கடுமையான விமர்சனங்கள் முன்வைக்கப்பட்டன. உண்மைகளை மறைத்து படங்களை எடுக்கிறார் என பாகிஸ்தானிய அரசின் உயரதிகாரிகள் குற்றம்சாட்டினார்கள். வழக்கம்போல், அமெரிக்க ஆதரவு நிலைப்பாட்டைத்தான் பிக்லோ மீண்டும் இந்தப் படத்தின்வழி அறிவுறுத்துகிறார் என்றார்கள்.

இதையெல்லாம் தாண்டி, இந்தப் படம் எடுக்கப்பட்டவிதம் அனைவரையும் கவர்ந்தது. இந்தப் படத்துக்கும் ஏராளமான சர்வதேச விருதுகள் கிடைத்தன.

எழுபது வயதாகும் கேத்ரின் பிக்லோ, அமெரிக்க இளம்பெண்கள் மத்தியில் ஒரு ரோல் மாடலாகவே இருக்கிறார். அடுத்து, அவர் கையாளப்போகும் திரைக்கதை எதுவாக இருக்கும் என்பதே பெரும் எதிர்பார்ப்பாக இருக்கிறது. 'திரைப்படம் என்பது கண்ணாடி போன்றது. அதன்மூலம் சமூகத்தை நான் காட்டிக் கொண்டிருக்கிறேன்' என அவரே சொல்வதுபோல, வழக்கமான கதைசொல்லியாக அவரால் தன்னை நினைத்துப் பார்க்க முடியாது. அதோடு, அவர் கொண்டிருந்த எல்லைகளையும் தாண்டியாக வேண்டியிருக்கிறது. இது பெரும் சவால்தான். ஆனாலும் கேத்ரின் பிக்லோவால் இதை சர்வசாதாரணமாக கடக்க முடியும்.

கேத்ரின் பிக்லோ இயக்கியத் திரைப்படங்கள்

1. *The Loveless (1982)*
2. *Near Dark (1987)*
3. *Blue Steel (1989)*
4. *Point Break (1991)*
5. *Strange Days (1995)*
6. *The Weight of Water (2000)*
7. *K-19 the widowmaker (2002)*
8. *The Hurtlocker (2008)*
9. *Zero Dark Thirty (2012)*
10. *Detroit (2017)*
11. *The House Of Dynamite (2025)*

14. நவோமி கவேஸ்

ஜப்பானிய வீதிகளில் திடீரென்று, யார் முன்பாவது ஒருவர் வந்து நின்று 'நீங்கள் நடிப்பதில் ஆர்வமாக இருக்கிறீர்களா? இப்போதே ஒரு கதாபாத்திரம் உங்களுக்காகக் காத்திருக்கிறது' என்று சொன்னால், 'நீங்கள் இயக்குநர் நவோமி கவேஸ்தானே' என்று கேட்பார்கள். அந்தளவு நவோமி கவேஸ் *(Naomi Kawase)* பிரபலம் என்பதுதாண்டி, நவோமி திரைப்படம் எடுக்கிற முறையும் இப்படித்தான் இருக்கிறது.

அகிரா குரோசவா என்ற மேதையை திரைப்படத்துறைக்குத் தந்த ஜப்பானிய தேசம், வஞ்சகம் இல்லாமல் எப்போதும் சிறந்த இயக்குநர்களை அறிமுகப்படுத்தியபடியே இருக்கிறது. அதில்,

சமகால முக்கிய இயக்குநர்களுள் ஒருவராக இருக்கிறார் நவோமி கவேஸ்.

நவோமிக்கு இப்போது வயது ஐம்பத்தியேழு. இருபத்தைந்து வருடங்களுக்கும் மேலாக தொடர்ந்து படைப்பில் தன்னை நிலைநிறுத்திவருகிறார். ஆவணப்படங்கள், குறும்படங்கள், தொலைக்காட்சி நாடகங்கள் எல்லாவற்றிலும் ஆழ்ந்த அனுபவம்கொண்ட நவோமி, திரைப்பட இயக்குநராகும்போது மேலும் மெருகேற்றியிருந்தார் தன்னுடைய படைப்பின் மூலதனத்தை.

ஒளிப்பதிவுக்கான படிப்பை அவர் தேர்ந்தெடுத்துப் படிக்கும்வரையிலும் திரைப்படத்துக்கான எந்தப் பின்னணியும் நவோமிக்கு இருக்கவில்லை. இவருடைய முதல் குறும்படம் தொடங்கி தற்போதைய படங்கள்வரை அவர், தனது வாழ்க்கையின் முற்றுப்பெறாத பக்கங்களை நோக்கிய ஒரு தேடலையே பதிவு செய்கிறார். அந்தத் தேடலில் எல்லாம் தவறாமல் அவருடைய அப்பா இடம் பிடிக்கிறார்.

நவோமி பிறந்த சில தினங்களில், அவருடைய அப்பாவும் அம்மாவும் பிரிகிறார்கள். அதன்பின் உறவினர் ஒருவரின் குடும்பத்தில் வளர்கிறார். ஆனாலும்கூட சுமுகமான ஒரு சூழலே அவருக்கு இருந்திருக்கிறது. திரைப்படக் கல்லூரியில் படிக்கிறபோது அவருடைய ஆசிரியர் ஒருவர் சொன்ன வார்த்தைகள்தான் அவரின் முதல் திரைப்படத்திலிருந்தே அவரைத் தொடர்கிறது. ‘எதிர்கொள்வதைத் தவிர தவிர்ப்பதற்கு வேறுவழியில்லாதவற்றில் கவனம் செலுத்துங்கள். அப்போதுதான் உங்கள் படைப்பில் ஜீவன் இருக்கும்’ என்றார். நவோமியின் வாழ்க்கையில் அவர் எதிர்கொண்டாக வேண்டிய மனநிலை என்பது, அவரது அப்பா பிரிந்துபோனதற்குப் பின்பு ஏற்பட்ட வெற்றிடம்தான். இத்தனைக்கும் அவர் அப்பாவோடு பழகியதில்லை. ஆனாலும் அப்பா என்பவர் கேள்விக்குறியாகவே இருந்தார். ஏனெனில், நான்கு திருமணங்கள் செய்துகொண்ட நவோமியின் அம்மா எங்கிருக்கிறார், என்ன செய்கிறார் என்பது நவோமிக்குத் தெரிந்திருந்தது. அப்பாவைப் பற்றிய தகவல்கள் மட்டும் வெற்று யூகங்களாக அவருக்கு கிடைத்துக் கொண்டிருந்தன.

வீட்டில் இருந்த ஒரு புகைப்படத் தொகுப்பில் ஒரு வயது

சிறுமியான நவோமி,. கையில் ஐஸ்கிரீம் வைத்திருப்பதுபோல ஒரு புகைப்படம் இருந்தது. அது பாதியாகக் கிழிக்கப்பட்ட புகைப்படம். அவரோடு உடனிருந்தது அவருடைய அப்பா என்பது நவோமிக்குத் தெரியவந்தது. அந்தப் புகைப்படத்தை அடிக்கடி எடுத்துப் பார்த்த நவோமிக்கு அதைக்கொண்டு பத்து நிமிடக் குறும்படம் இயக்கும் சிந்தனை வந்தது. சிறு வயதில் அப்பாவை விட்டுப் பிரிந்த ஒரு பெண், அவளுடைய அப்பாவை தேடிக் கண்டுபிடித்துவிடுகிறாள். ஐஸ்கிரீம் கடை நடத்தும் அவளுடைய அப்பாவிடம் ஒரு வாடிக்கையாளராகச் சென்று ஐஸ்கிரீம் வாங்கிச் சாப்பிடுகிறாள். அவர்களுக்கிடையேயான உரையாடல் வெகுசாதாரணமானதாக இருக்கிறது. இதுதான் அந்தக் குறும்படம் சொல்லும் கதை. இப்படியான ஒரு காட்சியை, தொடர்ந்து தனது அனைத்துப் படங்களிலும் கொண்டு வருகிறார் நவோமி. தன் அப்பா குறித்து நவோமிக்குள் பதிந்த பதிவுகளின் வெளிப்பாடுகள் இவை. இதுபோக, இவரது படங்களில் தனிமையை நாடுகிற பதின்வயதுப் பெண்கள் தொடர்ந்து வந்தபடியே இருக்கிறார்கள்.

கல்லூரியில் படிக்கும்போது கிடைத்த 8 எம்.எம். கேமராவை எப்போதும் ஒரு கைக்குட்டையைப்போல தூக்கிக்கொண்டே அலைந்தார் நவோமி. தன்னைச் சுற்றியுள்ளவர்களை படம் எடுப்பதுதான் அவரது ஒரே பொழுதுபோக்குத் தேர்வாக இருந்தது. மனிதர்களை அவர்கள் அறியாமலேயே படம்பிடிப்பது என்பது நவோமிக்குப் பிடித்த பொழுதுபோக்காக மாறியது. ‘லாங் லென்ஸ்’ பயன்படுத்தி ‘குளோஸ்அப் ஷாட்’கள் எடுப்பதென்பது நவோமியின் பாணி. இந்தப் பாணி அவருடைய படங்களில் பாதிப்பை ஏற்படுத்தியிருக்கிறது. கேமரா என்பது தவிர்க்கமுடியாதது என்பதற்காகவே பயன்படுத்துவதாக நவோமி பலமுறை சொல்லியிருக்கிறார். இந்த எண்ணம் விநோதமாக இருந்தாலும்கூட அவருக்கு மனிதர்கள் உணர்வுகளை வெளிப்படுத்தும்போது கேமரா என்பது தடையாக இருப்பதாகவே நினைக்கிறார். ஆனால் அதே கேமரா வழியாகத்தான் அவர்களைக் காட்ட முடியும் என்பதும் துரதிருஷ்டம்தான் என்பது நவோமியின் எண்ணம்.

நவோமியின் படங்களில் நடிப்பவர்கள் நமது முன்பாக இருந்து நமக்குள் உரையாடல் நிகழ்த்துபவர்களாக இருப்பதற்குக் காரணமே, அவர் கேமராவை கையாளும்முறைதான். தன்னுடைய கதாபாத்திரங்கள் தன்னைச் சுற்றியுள்ளவர்களின் தாக்கம்

என்பதால் தொழில்முறை நடிகர்களைக் காட்டிலும் சாதாரண மனிதர்களை படம்பிடிப்பதில் ஆர்வம் கொண்டிருக்கிறார். ஒருவரின் முகம் என்பது அவரின் அகத்தின் வெளிப்பாடு என்பதால் யாரேனும் தனது கதாபாத்திரத்துக்கு பொருந்துவார்கள் என்றால் அவர்களிடம் 'நடிக்க முடியுமா' என்று கேட்டு நடிக்கவும் வைத்துவிடுவார். இவரின் முதல் முழுநீளத் திரைப்படமான *Suzaku* முழுக்கவே ஒரு கிராமத்தில் உள்ள மனிதர்களைக் கொண்டு எடுக்கப்பட்டது. அங்கேயே தங்கி ஒவ்வொருவரின் பலம் மற்றும் பலவீனங்களைத் தெரிந்துகொண்டு அவர்களை அப்படியே பயன்படுத்தியிருக்கிறார் நவோமி.

தன்னுடைய படங்களில் சிறந்தது என்று நவோமி சொல்கிற *Still the Water* படம் இளைய தலைமுறையைச் சேர்ந்த ஒரு ஆண் மற்றும் பெண்ணைப் பற்றிய கதை. ஜப்பானின் இளம் தலைமுறைபற்றி நன்கு புரிந்துகொண்டு இந்தப் படத்தை நவோமி இயக்கியிருக்கிறார் என்று பாராட்டுகள் அவருக்குக் குவிந்தன. மாறிவரும் குடும்பச் சூழல்கள் குழந்தைகள் மனதில் எந்தளவுக்கு பாதிப்பை ஏற்படுத்துகின்றன என்பதையே இந்தப் படத்தின் மூலம் சொல்ல விரும்பியதாக நவோமி சொல்கிறார்.

நவோமியின் சிறு வயதில் அவரது மாமாவும் அத்தையும் இயற்கை சூழ்ந்த பிரதேசங்களுக்கு நவோமியை அழைத்துப்போவது வழக்கம். 'நம்முடைய சந்தோஷங்கள் என்பது பெரிய விஷயங்களில் இல்லை. நம்மைச் சுற்றியிருக்கும் இயற்கை கொடுக்கிற மகிழ்ச்சிக்கு இணையில்லை.நாம்தான் அதை பெற்றுக்கொள்ளத் தயாராக இருக்க வேண்டும்' என்பது நவோமிக்கு அவரது மாமா கற்றுத் தந்தது. இதே கருத்தை அவர், தனது படங்களில் பல்வேறுவிதங்களில் சொல்லியபடி இருக்கிறார். தொடர்ந்து, அவரது படங்களில் வருகிற மரங்களும் பூக்களும் கடலும்கூட அவர் சிறு வயதில் ரசித்த காட்சிகளின் பிரதிபலிப்பே.

நவோமியின் படங்களில் ஜப்பானியத் தெருக்களும், கடைவீதிகளும், வீடுகளும்கூட எந்தப் பாசாங்கும் இல்லாமல் அப்படியே வந்து போகின்றன. நவீன ஜப்பான் எதிர்கொள்கிற பிரச்னைகள் அனைத்தையுமே தனது படங்களின்மூலம் சுட்டிக் காட்டுகிறார் நவோமி. ஜப்பானின் பொக்கிஷங்களான முதியவர்கள், சமூகத்திலிருந்து மெதுவாக விலக்கப்படுவதின் பாதிப்பை இவரது படங்களில் பார்க்க முடிகிறது.

நவோமியின் *SWEET BEAN* படத்தில் வருகிற ஒரு பாட்டி வேறு யாருமல்ல, நமது வீட்டில் வலம்வந்த பாட்டிகள்தான். இந்தப் படம் 2015ஆம் ஆண்டு வெளிவந்தது.

சென்டரோ என்பவர் ஒரு உணவகத்தில் வேலை பார்ப்பவர். அங்கு வேலை கேட்டு வருகிறார் டோக் என்ற எழுபது வயது முதிய பெண்மணி. வயதானவர்களுக்கு வேலை தரத் தயங்கும் சென்டரோவை மறுநாள் வந்து பார்க்கிறாள் டோக். இவருடைய கடையில் விற்கும் டோராயகி என்ற இனிப்பு நன்றாகவே இல்லை என்று சொல்வதோடு, தான் செய்துகொண்டுவந்த டோராயகியை சென்டரோவுக்குத் தருகிறாள். டோராயகி என்பது, நம்மூர் அதிரசம் போன்றதான ஒரு ஜப்பானிய பாரம்பரிய இனிப்பு. இனிப்பே பிடிக்காத சென்டரோவுக்குக்கூட டோக் செய்து தந்த டோராயகி ஈர்த்துவிடுகிறது. மறுநாளே வேலைக்கு சேரச் சொல்கிறார் சென்டரோ.

இருவருமாகச் சேர்ந்து அதிகாலையிலேயே டோராயகி செய்யத் தொடங்குகிறார்கள். டோராயகி செய்வது ஒரு அற்புதமான கலை என்பதை சென்டரோ அனுபவப்பூர்வமாக உணருகிறார். டோராயகியை சமைக்கும்போது அதனுடன் உரையாடல்களையும் நிகழ்த்துகிற டோக்கை ஆச்சரியமாகப் பார்க்கிறார் சென்டரோ. அன்றைய தினம் அந்தக் கடைக்கு வரும் சொற்ப வாடிக்கையாளர்களும் டோராயகியை புகழ்கின்றனர்.

மறுநாளிலிருந்து கடை திறக்கும்முன்னரே கூட்டம் கடை முன் வரிசையில் நிற்கிறது. எல்லாம் சரியாக போய்க்கொண்டிருக்கும்போது டோக் தொழுநோயால் பாதிக்கப்பட்டு மீண்டுவந்தவர் என்பதும் அதில், அவர் கை விரல்கள் பாதிக்கப்பட்டுள்ளது என்பதும் கடை உரிமையாளரின் மனைவிக்குத் தெரிய வருகிறது. உடனே டோக்கை வேலையிலிருந்து விலக்கும்படி கூறுகிறாள்.

தொழுநோய் மறுவாழ்வுக் காப்பகத்தில் தங்கியிருக்கும் டோக்குவைப் பார்க்க சென்டரோ செல்கிறார். டோகுவை வேலையிலிருந்து நீக்கியதற்காக வருத்தப்படுகிறார். ஆனால் டோகு அதை பெரிதாக எடுத்துக் கொள்ளாமல் இருக்கிறாள். தான் அங்கு வேலைசெய்த நேரத்தில் மகிழ்ச்சியுடன் இருந்ததாகச் சொல்கிறாள். ஒரு மனிதன் வாழ்நாள் முழுவதும் என்ன வேலை செய்கிறான் என்பதில் இல்லை அவனுடைய நிம்மதி, அவன்

இருக்குமிடத்தில் எத்தகைய சந்தோஷத்தை தருகிறது என்பதில்தான் அவன் நிம்மதி இருக்கிறது என்று டோகு சொல்வதை அவள் இறந்தபிறகு சென்டரோ உணருகிறார்.

டோகுவின் கதாபாத்திரம் பற்றியே தனியாக எழுதலாம். சென்டரோவிடம் முதன்முதலாக பேசும்போது சட்டென்று வெளியில் நிற்கும் மரத்தைக் காட்டி கேட்கிறார், 'இந்த மரத்தை நட்டது யார் தெரியுமா?' இதுவொரு கேள்வியா என்பதுபோல பார்க்கும் சென்டரோ, டோகுவின் குணநலன்களால் ஈர்க்கப்படும்போது பார்வையாளர்களான நாமும்கூட டோகுவின் பேரப்பிள்ளைகளாகிறோம்.

'நீங்கள் செய்த டோராயகியை பள்ளிக் குழந்தைகள் பாராட்டினார்கள்' என்று சொல்லும்போது குதூகலத்துடன் 'நான் அவர்களைப் பார்க்க வேண்டுமே' என்கிறாள். அதிகாலையிலேயே டோராயகியை செய்யத் தொடங்கவேண்டுமென்று நான்கு மணிக்கே கடை முன்பாக வந்து நின்று அதை அவர் தயாரிப்பதை எந்த அவசரமுமின்றி நவோமி படமாக்கியிருக்கிறார். ஒரு சின்ன சறுக்கல்கூட அதை சமையல் நிகழ்ச்சியாக மாற்றிவிடும் அபாயத்துடனேயே அந்தக் காட்சி இருந்தாலும் டோராயகியை தயாரிக்கும்போது டோகுவும் சென்டரோவும் பேசிக்கொள்வது இதை அற்புதமான ஒரு காட்சியாக மாற்றிவிடுகிறது. 'சிவப்பு தானியம், இனிப்போடு எவ்வளவு நேரம் ஊற வேண்டும்' எனக் கேட்கிறார் சென்டரோ. அதற்குக் குறும்பான சிரிப்போடு சொல்கிறாள் டோக், 'புதிதாகத் திருமணமான ஜோடியைப்போல அவர்கள் இணைந்து ஒன்றாக சிறிதுநேரம் இருக்க வேண்டும். அப்போதுதான் கலவையின்போது ருசி இருக்கும்'.

உலகத்தின் விதிவிலக்கிலிருந்து மாறாத ஜப்பானிய திரைப்படத்துறையும் ஆண்களால் நிரப்பப்பட்டதுதான். 'ஒவ்வொரு படங்களுக்கும் தீராத மன உளைச்சல் ஏற்படுத்தும். படம்பிடிக்கும்போது ஒரு காட்சிகூட என்னைப் பாதிக்காமல் போனதில்லை. எளிதில் உணர்ச்சிவசப்படுபவள் நான். ஆனால் ஒரு பெண்ணாக அதையும்கூட வெளிக்காட்டிக் கொள்ளாமல் இயங்குவது கடினம். அதற்காக, நான் கடினமான முகமூடியை போட்டுக் கொள்ள வேண்டியிருக்கிறது' என்கிறார் நவோமி.

கேன் திரைப்பட விழா, டொரோண்டோ மற்றும் சர்வதேச விழாக்களில் விருதுகளை இவர் பெற்றிருக்கிறார். இதோடு கூடுதலாக ஜப்பானிய அரசாங்கம் இவருக்கு மிக உயரிய ஒரு கௌரவத்தைத் தந்தது. 21ஆம் நூற்றாண்டின் ஜப்பானிய தேசத்தின் எதிர்காலத் திட்டம் வகுக்கும் குழுவில் நவோமியையும் இணைத்துக் கொண்டது முந்தைய ஒபுசி தலைமையிலான அரசாங்கம்.

நவோமியும் நாமும் சந்திக்கிற பெண்கள்தான் அவரது படங்களிலும் வெளிப்படுகிறார்கள். அவர்கள் கருணைகொண்டவர்களாக, அப்பாவிகளாக, பாவப்பட்டவர்களாக, மற்றவரைச் சார்ந்தவர்களாக, வஞ்சனை கொண்டவர்களாக என பல முகங்களோடு இருக்கிறவர்கள். அவர்களோடு நம்மால் உரையாட முடிகிறது என்பதே நவோமியின் படைப்பின் பலம். நவோமியிடம் கேட்டால், ‘கேமரா என்ற சாதனம் இல்லாமல் என்னால் ஒருவருடைய உணர்வுகளை மற்றவர்களுக்குக் கடத்தும் நாளுக்காக காத்திருக்கிறேன்’ என்கிறார். அந்த நாளை நோக்கி அவர் எடுக்கும் ஒவ்வொரு முயற்சியும்தான் நவோமி கவேஸின் படங்களின் ஆத்மாவாக இருக்கிறது.

நவோமி கவேஸ் இயக்கியத் திரைப்படங்கள்

1. *The Mourning Forest (2007)*
2. *Nanoyo Machi (2008)*
3. *Still the Water (2014)*
4. *Sweet Bean (2015)*
5. *Radiance (2017)*
6. *Vision (2018)*
7. *True Mothers (2020)*
8. *Yakushima's Illusion (2025)*
9. *Echoes Of Motherhood (2025)*

15. ஆன் ஹுய்

சீனமொழி இயக்குநர் ஆன் ஹுய்க்கு வயது 79. இவரின் வயதை முக்கியத்துவப்படுத்துவதற்கான காரணம் அவர் படைப்புலகில் கடந்து வந்த நீண்ட நெடும் பயணமே. இருபது வயதில் இயக்கத் தொடங்கியவர் அறுபத்தியெட்டு வயது வரை தனது சாதனைகளை நீட்டித்துக் கொண்டே இருக்கிறார். இதற்குள் அவர் சீனாவின் மதிப்புமிக்க முகமாக மாறியிருக்கிறார். இத்தனைக்கும் சர்வாதிகாரமிக்க சீன நாட்டின் அரசின் கொள்கைகளை எதிர்த்து படமெடுக்கிறவர்தான். அதே சமயம் வெளியுலகத் திரைப்பட விழாக்களில் சீன மொழித் திரைப்படங்கள் பெருமைப்படுவதற்கான முக்கிய காரணமாகவும் இருக்கிறார்.

சீனாவில் பிறந்த ஹுய் தனது ஐந்தாவது வயதில் ஹாங்காங்குக்கு குடியேறினார். இந்தக் குடியேற்றத்துக்கு அவரது அப்பாவின்

அரசியல் செயல்பாடுகள் காரணமாய் அமைந்திருந்தது. சீன அரசுக்கு எதிராய் போர்க்கொடித் தூக்கியவர்களில் ஒருவராய் ஹுயினுடைய அப்பா இருந்தார். இதனால் தனது குடும்பத்திற்கு அச்சுறுத்தல் ஏற்படும் என்கிற காரணத்தால் ஹாங்காங்கிற்கு குடிபெயர்ந்தார்.

இயல்பிலேயே ஆங்கில மொழியின் மீது ஹுய்க்கு இருந்த ஆர்வத்தால் ஆங்கில இலக்கியம் படித்தார். இளங்கலை படிப்பு முடிந்ததும் லண்டனில் இரண்டு வருடங்கள் திரைப்படத்திற்கான பட்டப்படிப்பை முடித்திருந்தார். அறுபதுகளின் இறுதியில் ஹாங்காங்கில் ஒரு இளம்பெண் திரைப்படத்தில் இயக்குநராக வேலைப் பார்ப்பதென்பது ஆச்சரியமான ஒரு சம்பவம்தான். ஹுய் ஹாங்காங் திரும்பியதும் பிரபல இயக்குநர் கிங் ஹுவிடம் உதவி இயக்குநராகச் சேர்ந்தார். சீனத் திரைப்படங்களில் தொழில்நுட்ப ரீதியாக பல யுத்திகளை அறிமுகப்படுத்தியவர் கிங் ஹு. அவரின் உதவியாளர் என்பதும் வெளிநாட்டிற்குப் போய் திரைப்படம் குறித்து படித்தவர் என்பதாலும் ஹுய்க்கு உடனடி வாய்ப்புகள் கிடைத்தன. ஆனால் அவை யாவும் ஹாங்காங் தொலைக்காட்சியில் தொடர் இயக்குவதற்காக வந்த வாய்ப்புகள்.

எழுபதுகளில் மற்ற உலக நாடுகள் போலவே ஹாங்காங்கிலும் தொலைக்காட்சிப் பெட்டியின் வருகை அதிகளவில் இல்லை. ஆனாலும் கூட தொலைக்காட்சியில் ஒளிபரப்பாகிற அத்தனை நிகழ்ச்சிகளுக்கும் கணிசமான பார்வையாளர்கள் அமைந்திருந்தனர். பெரும்பான்மையான மக்களின் ஒரே பொழுதுபோக்காக இருந்தவை திரைப்படங்கள் மட்டும். சண்டைகள், ஆபாசங்கள், வன்முறைகள் என்கிற கலவையிலேயே திரைப்படங்கள் வந்து கொண்டிருந்தன. இப்படியாக ஒரு படம் எடுப்பதற்கு ஆன் ஹுய் விரும்பவில்லை. அதனாலேயே தனக்கு வந்த தொலைக்காட்சித் தொடர்களை இயக்கும் வாய்ப்பினைக் கெட்டியாகப் பிடித்துக் கொண்டார். கிடைத்த வாய்ப்பும் கூட சாதாரணமானது அல்ல. ஹாங்காங் அரசாங்கம் ஊழலுக்கு எதிரான நடவடிக்கைகளை அப்போது எடுத்து வந்தது. மக்களிடையே அதற்கான விழிப்புணர்வை பரப்ப வேண்டி நிகழ்ச்சியினைத் தயார் செய்தது. அப்படியானதொரு நிகழ்ச்சியினை இயக்கும் வாய்ப்புதான் ஹுயிக்கு கிடைத்திருந்தது. ஹுயிக்கு என பல சலுகைகளை ஹாங்காங் அரசு செய்து தந்திருந்தது. அவருக்கென்று தனி

விமானம், நினைத்த நேரத்தில் ஹாங்காங் சிறைக்குள் சென்று ஊழல் வழக்கில் கைது செய்யப்பட்டவர்களை சந்திப்பது, அரசாங்கத்தின் ரகசியக் கோப்புகளைப் படிப்பது என ஹூயிக்கு பல சலுகைகளை செய்துத் தந்திருந்தது அரசாங்கம்.

இந்தத் தொடர் மக்களிடையே பெரும் வரவேற்பு பெற்றது. இதில் இரண்டு ஆவணப்படங்கள் அரசினால் தடையும் செய்யப்பட்டது. ஏனெனில் அது அரசாங்கத்தை நேரடியாகக் கேள்வி கேட்பதாக அமைந்திருந்தது. அதில் ஒன்று வியட்நாம் அகதியான ஒரு சிறுவனைப் பற்றியது.

எழுபதுகளின் இறுதியில் வியட்நாமிலிருந்து மக்கள் அகதிகளாக ஹாங்காங் தீவுகளில் தஞ்சமடைந்திருந்த காலகட்டம். இவர்களைத் தேடிப்போய் ஆவணப்படத்திற்காக பேட்டிகள் எடுத்திருந்தார் ஹூய். இந்த ஆவணப் படம் ஹாங்காங் அரசுக்கு எதிராய் அமைந்திருந்தது. அதனால் ஏற்பட்ட தடை காரணமாக ஒளிபரப்பாகவில்லை. ஆனால் ஹூய் இதனைத் திரைப்படமாக மாற்றினார். தொடர்ந்து மூன்று படங்களை அவர் வியட்நாம் அகதிகளை மையப்படுத்தி எடுத்திருந்தார். அதில் பிரபலமாக அமைந்தது *The Boat People* எனும் திரைப்படம். வியட்நாம் மக்களின் அனுபவங்களை ஒரு சேரக் கோர்த்துத் தந்தது இந்தத் திரைப்படம். *The Boat People* திரைப்படம்தான் முதன்முதலில் சீனாவில் படமெடுக்கப்பட்ட திரைப்படம்.

ஹாங்காங் சீனாவின் ஒரு பகுதிதான் என்றபோதிலும் தனக்கென பொருளாதார , அரசியல் கொள்கைகளை வகுத்துக் கொண்ட சுதந்திர நாடாக இருந்தது. அந்த நேரத்தில்தான் கம்யூனிச சீனா மலரத் தொடங்கியிருந்ததால் ஹூயிக்கு சீனாவிலேயே படம்பிடிக்கும் அனுமதி வழங்கப்பட்டது. ஆனாலும் கூட படம் எடுத்து முடிக்கும்வரை பல்வேறு போராட்டங்களை ஹூய் சந்தித்துக் கொண்டே இருந்தார். அவர் எதிர்பார்த்திருந்த நடிகர் அரசியல் அழுத்தங்கள் காரணங்களுக்காக நடித்துத் தர முன்வரவில்லை போன்ற காரணங்களும் இதில் அடக்கம்.

எண்பதுகளின் தொடக்கத்தில் ஹாலிவுட் படங்களின் தாக்கம் ஹாங்காங்குள் நுழைந்தது. பரபரவென சண்டைக்காட்சிகள், காட்சிக்குள் காட்சியாக முத்தங்கள், கார்கள் மேலெழும்பி தீப்பற்றி எறிவது போன்றவற்றை ஹாங்காங் ரசிகர்கள் ஆரவாரத்துடன்

வரவேற்றார்கள். இதனால் ஹாங்காங் திரைப்பட இயக்குநர்களும் அதே போன்றதான படங்களை எடுக்கும்படி ஆனது. எத்தனைக் காலங்களுக்குத்தான் இது செல்லுபடியாகும்? அதனால் அங்கு புதிய திரைப்பட அலை ஒன்று உருவானது. அதன் முதல் தலைமுறையைச் சேர்ந்தவரானார் ஹுய். ஹுயின் படங்கள் அனைத்துமே கலாசார மாற்றங்களால் ஹாங்காங் மற்றும் சீன மக்கள் தவறவிடுபவைப் பற்றிப் பேசின. இதன் ஒரு தொடக்கமாகக் கூட வியட்நாம் குறித்து எடுக்கப்பட்ட படங்கள் அமைந்திருந்தன.

சொந்த நாட்டிலிருந்து வெளியேற்றப்பட்ட ஒருவன் வேறு நாட்டில் எப்படி தன்னை நிலைநிறுத்திக் கொள்கிறான் என்பது பற்றியே அப்போதைய இவரது பெரும்பாலான படங்கள் அமைந்திருந்தன. எதற்கும் அஞ்சாமல் துணிந்து படங்களின் மூலம் ஹுய் சொன்ன செய்திகளால் உலக அளவில் கவனிக்கப்படுபவரானார்.

இதன் பிறகான ஹுயின் திரைப்பட இயக்கப்பயணம் சுவாரஸ்யமானது. ஹுய் எடுத்த அடுத்த படமான *Love in a fallen city* பிரபலமான சீன நாவலைத்தழுவி எடுக்கப்பட்டது. அதன் பின் அவர் இயக்கியது தற்காப்புகலைகளை மையமாய் வைத்து எடுக்கப்பட்ட *The Book and the Sword* திரைப்படம். இதற்கு அடுத்த கட்டமாக 1988-ல் அரசியல் படமான *The Starry Night* படத்தை முந்தைய படங்களுக்கு எதிர்த்திசைக்குச் சென்று எடுத்திருந்தார்.

அதன் பிறகு தொண்ணூறில் ஹுய் இயக்கியப் படம் இன்று வரை அவரது சிறந்தத் திரைப்பட வரிசையில் இடம்பிடித்திருக்கிறது. *THE SONG OF EXILE* என்கிறத் திரைப்படம் கிட்டத்தட்ட ஹுயியின் வாழ்க்கையைத்தான் கதையாகக் கொண்டிருந்தது. ஜப்பானிய தேசத்தைச் சேர்ந்த அம்மாவுக்கும், சீன நாட்டைச் சேர்ந்த அப்பாவுக்கும் பிறந்த ஹுய் தன் அம்மாவிடம் எப்போதுமே உரசல்களோடே வாழ்ந்திருக்கிறார். அதற்கான காரணத்தை அவர் அறிந்து கொள்ளாமல் போனது குறித்து நிறையவே சிந்தித்திருக்கிறார். பிறகொரு சமயம் அம்மாவின் சொந்த நாடான ஜப்பானுக்கு செல்கிறபோதுதான் ஜப்பானிய பெண் ஒருவர் சீனாவில் வாழ்கிறபோது ஏற்படக்கூடிய மனச்சிக்கல்களைப் பற்றி முதன்முதலாக யோசித்திருக்கிறார். இப்படித் தன்னுடைய வாழ்க்கையை மாற்றிய ஜப்பானிய பயணத்தை மையமாகக்

கொண்டு இந்தப் படத்தை இயக்கியிருந்தார் ஹூயி. படம் முழுவதுமே இரண்டாம் உலகப்போரின் பின்னணியில் இருந்த ஜப்பானும், ஹாங்காங்கும் திரையாக்கப்பட்டிருந்தது.,

மாறிக்கொண்டே இருக்கும் சீனாவினுடைய முகத்தினை இவருடைய படங்களில் தொடர்ச்சியாக நாம் பார்க்க முடியும். சீனாவில் தொழிற்சாலைகளின் எண்ணிக்கை பெருகுகிறபோது தொழிலாளர்களுக்கு ஏற்பட்ட வேலைப் பளுவை சொல்லியிருக்கிறார். வேலைக்கும் போய்க்கொண்டு குடும்பத்தையும் கவனித்துக் கொள்ளும் பெண் கதாபாத்திரங்களும் இவரது படங்களில் வருகிறார்கள். *Visible Secret* போன்று பேய், ஆவி பற்றிய படத்தினையும் விட்டு வைக்கவில்லை இவர். கொலையாளியைத் தேடும் புலன் விசாரணை படத்தையும் எடுக்க முடிந்திருக்கிறது.

The Stunt Woman என்கிற இவரது படம் திரைப்படங்களில் சண்டைக் காட்சிகளுக்கு ‘டூப்’ போடும் ஒரு பெண்ணின் வலி மிகுந்த வாழ்க்கையைப் பற்றியது. *Jade Goddess of Mercy* என்கிற பிரபல புத்தகத்தைத் தழுவி இவர் எடுத்த ஒரு திரைப்படத்தின் கதாநாயகி காவல்துறையில் பணி செய்கிற பெண். குடும்ப உறவுகளுக்குள் சிக்கலை சந்திக்கும் பெண்கள் பற்றிய திரைப்படங்களுக்கும் இவரது இயக்கத்தில் வெளிவந்திருக்கின்றன. ஹூயீன் வெற்றியே நம்மைச் சுற்றியுள்ளவர்கள் அல்லது நாமே இவரது பாத்திரப்படைப்பில் வெளிப்பட்டு விடுவதுதான்.

தனது 63வது வயதில் *ALL ABOUT LOVE* என்கிற திரைப்படத்தை இயக்கினார். சர்வதேச அளவில் நடைபெற்ற திரைப்பட விழாக்களில் அதிகமாய் பங்கெடுத்த படமாக இருந்தது. பெண் ஓரினச் சேர்க்கையாளர்கள் பற்றி அதுவரை ஹாங்காங்கில் திரைப்படங்கள் வெளிவந்ததில்லை. இதற்கு காரணம் ஹாங்காங் அரசு அதை சட்டத்துக்கு புறம்பானதாக கருதியிருந்தது. ஆனால் அதே நாட்டில்தான் ஓரினச் சேர்க்கையாளர்கள் அதிகரித்தபடியேவும் இருக்கின்றனர் என்பதையும் இதற்குக் காரணமாக இருப்பவற்றைப் பற்றி அந்தப் படத்தில் காட்டியிருக்கிறார் ஹூயி. இது போன்ற படங்களுக்கு ஹாங்காங் அரசு தடை விதிக்கும் என்பது ஹூயிக்கு தெரியாமல் இல்லை. அப்படியே படம் வெளிவந்தாலும் பார்வையாளர்கள் வெளிப்படையாக திரையரங்குக்கு வந்து

பார்ப்பார்களா என்பதும் சந்தேகம்தான். அதனாலேயே இந்தத் திரைப்படத்தை நகைச்சுவைப் படமாக எடுத்திருந்தார். ஆனால் சொல்ல வந்த கருத்தின் தீவிரத்தன்மை குறையாத நகையுணர்வு படத்தில் இருந்தது. எதிர்பார்த்தது போலவே லேசாக முகம் சுளித்துவிட்டு படத்தை வெளியிட அனுமதி தந்தது அரசு. அதோடு பார்வையாளர்களும் திரையரங்கத்திற்கு பெருமளவில் வந்தார்கள்.

தனித்து வாழும் இரண்டு பெண்கள் எதிர்பாராதவிதாக கர்ப்பமடைந்து விடுகிறார்கள். அதில் ஒரு பெண்ணுக்கு கர்ப்பமாக இருக்கும் காரணத்தால் வேலை பார்க்கும் தனியார் வங்கி வேலையை விட்டு நீங்க வேண்டிய நிர்பந்தம் ஏற்படுகிறது. இதனால் கர்ப்பத்தைக் கலைக்க வேண்டி முயற்சி செய்கிறார். இதே போன்ற ஒரு காரணத்தோடு கர்ப்பம் சுமக்க விரும்பாத மற்றொரு பெண்ணும் ஆலோசனைக்காக அரசு சாரா அமைப்பு ஒன்றிற்கு வருகிறார். அங்கு இருவரும் சந்தித்துக் கொள்கின்றனர். இருவருக்குள்ளும் நட்பு ஏற்பட்டு அதுவே ஓரினச் சேர்க்கையாளர்களாக இருவரையும் மாற்றுகிறது.

நவீன சீனாவினுடைய பெண்கள் எதிர்கொள்ளும் அழுத்தங்களை இந்தப் படம் விவாதிக்கிறது.

2011 ஆம் ஆண்டு தன்னுடைய கடைசிப் படத்தை இயக்கிவிட்டு ஓய்வுப் பெறப்போவதாக அறிவித்திருந்தார் ஹுயி. *A Simple Life* என்கிற அந்தப் படத்திற்குக் கிடைத்த வரவேற்பும், விருதுகளும் அடுத்தடுத்து ஹுயியை இயங்க வைத்தன. அதன்பிறகும் தொடர்ந்து படங்களை இயக்கியிருக்கிறார்.

A Simple Life படம் வெனிஸ் திரைப்பட விழாவில் நான்கு விருதுகளைப் பெற்றுத் தந்து, ஆஸ்கருக்கு பரிந்துரைக்கபட்டு கடைசிச் சுற்று வரை பரிசீலனையில் இருந்தது. தொடர்ந்து தன்னை படைப்புலகத்தில் நிலைநிறுத்திய ஹுயியின் முதிர்ச்சியை அழகாய் வெளிக்காட்டிய படமாக இருந்தது *A Simple Life.*

இந்தப் படம் வெளிவந்த பிறகு ஹாங்காங் அரசு வாழ்நாள் சாதனையாளர் விருதை ஹுயிக்கு அளித்தது. முதன்முறையாக ஒரு பெண்ணுக்கு ஹுங்காங் அரசு இந்த விருதினை வழங்கியிருந்தது.

ஹுயியின் கதைகள் அனைத்துமே சொல்வதற்கு எளிமையானதொரு கதைகள்தான். ஆனால் அவர் திரைக்கதையில்

செய்கிற மாயாஜாலமும், பாத்திரப் படைப்பும், தேர்ந்தெடுக்கும் நடிகர்களுமே அவரின் சிறந்த படைப்புகளுக்கு மூல காரணிகளாக மாறிவிடுகின்றன. திரைக்கதைக்கு அவர் தருகிற முக்கியத்துவம் அளப்பரியது. 'முடிவுபெற்ற திரைக்கதை என்பது ஒரு கலைவடிவம்' என்றே சொல்கிறார்.

இவருக்கு தோல்விப் படங்களும் அமைந்தன. ஒரே வருடத்தில் இரண்டு படங்கள் இயக்கி இரண்டும் தோல்வி பெற்றபோது தயாரிப்பாளர்கள் பெரும் நஷ்டத்தை சந்தித்தனர். ஹூயியும் தனக்குள் முடங்கிப் போனார். அதெல்லாம் ஒரு வருடத்திற்குத் தான். மீண்டும் தன்னை உயிர்ப்பித்துக் கொள்ள தன்னுடைய படைப்பையே அவர் கைப்பற்றியிருந்தார். அதன் பிறகான அவரது படங்கள் வரிசையாக வெற்றி கண்டன.

கடைசியாக அவரது இயக்கத்தில் வெளிவந்த *Golden Era* படம் எழுபதுகளில் வாழ்ந்த க்சியோ ஹாங் என்கிற பெண் இலக்கியவாதியைப் பற்றியது. முப்பதாவது வயதில் இறந்து போன அந்தப் படைப்பாளியின் எழுத்துகளை தனது முப்பதாவது வயதில் ஹூய் படித்திருக்கிறார். அப்போது ஹூயிடத்தில் அவை எந்தவொரு தாக்கத்தையும் ஏற்படுத்தவில்லை. மீண்டும் இருபது வருடங்களுக்குப் பிறகு அவற்றைப் படித்தபோதுதான் அவை எத்தகையதொரு மகத்தான படைப்புகள என்பதை ஹூய் புரிந்து கொண்டிருக்கிறார். அவரைப் பற்றி படமெடுப்பது தவிர்க்கக்கூடாதது என்ற எண்ணத்தில் அவரின் தனிப்பட்ட வாழ்க்கை பற்றி ஆய்வு மேற்கொண்டார். ஆனால் கிடைத்த தகவல்களோ சொற்பம்தான். க்சியோ ஹாங்கின் படைப்புகள் வழி அவரது வாழக்கை சம்பவங்களையும், கிடைக்கப் பெற்ற தகவல்களையும் கொண்டு ஒரு திரைக்கதையை உருவாக்கினார். 'கிட்டத்தட்ட அவரது வாழ்க்கைக்கு அருகில் போயிருக்கிறேன் என்றே நினைக்கிறன்' என்றார். படத்தை முதன் முதலாக திரையிடும்போது, வழக்கம்போல் இந்தப்படமும் சர்வதேச பார்வையாளர்களை தன்வசப்படுத்தியிருந்தது. அதோடு வெனிஸ் திரைப்பட விழாவில் பல விருதுகளையும் பெற்று வந்தது.

மூன்று தலைமுறையினருக்கும் ஒரு கதைசொல்லியாக இருந்து வருகிறார் ஹூய். இதுவரை இருபத்தொன்பது படங்களை இயக்கியிருக்கிறார் என்பதே நினைத்துப் பார்க்கமுடியாத வரலாற்று

சாதனைதான். இப்போது ஓய்வில் இருப்பதாக அறிவித்துக் கொண்டாலும் ஆன் ஹுயிக்குள் எழுகிற ஒரு சின்ன பொறி போதும் மீண்டும் கேமரா வழியாக உலகத்தைத் திரைக்குள் கொண்டு வருவதற்கு.

ஆன் ஹுய் இயக்கியத் திரைப்படங்கள்

1. *The Secret (1979)*
2. *The Spooky Bunch (1980)*
3. *The Story of Woo Viet (1981)*
4. *Boat People (1981)*
5. *Love in a fallen city (1984)*
6. *The Romance of Book and Sword (1986)*
7. *Princess Fragrance (1987)*
8. *Starry is the Night (1988)*
9. *Song of the Exile (1990)*
10. *My American Grandson (1990)*
11. *Zodiac Killers (1991)*
12. *Boy and his Hero (1993)*
13. *Summer Snow (1995)*
14. *The Stunt Woman (1996)*
15. *Eighteen Springs (1997)*
16. *As time Goes by (1997)*
17. *Ordinary Heroes (1999)*
18. *Visible Secret (2001)*
19. *July Rhapsody (2002)*
20. *Jade Goddess of Mercy (2003)*
21. *The Post modern life of my aunt (2006)*
22. *The Way we are (2008)*
23. *Night and Fog (2009)*
24. *All about Love (2010)*
25. *A Simple Life (2011)*
26. *Beautiful (2012)*
27. *The Golden Era (2014)*
28. *Our Time Will Come (2017)*
29. *Love After Love (2020)*

ஜா.தீபா

சொந்த ஊர் திருநெல்வேலி. சினிமாவின் மீது உள்ள ஆர்வத்தினால் தொடர்ந்து திரைப்படங்கள் தொடர்பான கட்டுரைகளை எழுதி வருகிறார். திரைக்கதையாசிரியர். இரண்டு சிறுகதைத் தொகுப்புகள் வெளிவந்துள்ளன. www.thetalkie.in பொறுப்பாசிரியராக உள்ளார்.

பிற படைப்புகள்

- பெண்ணென்று சொல்வேன்
- ஒளி வித்தகர்கள் (இரண்டு பாகங்கள்)
- மேதைகளின் குரல்கள்
- கறுப்புத்திரை
- மாபெரும் சபை
- கதை to திரைக்கதை
- திரையெல்லாம் செண்பகப்பூ

சிறுகதைத் தொகுப்புகள்

- நீலம் பூக்கும் திருமடம்
- மறைமுகம்

www.ingramcontent.com/pod-product-compliance
Lightning Source LLC
LaVergne TN
LVHW090418051026
849518LV00006B/2368
* 9 7 8 9 3 4 7 2 0 6 7 5 7 *